5 Ways To Become

A

Woman

With

Visions & Hopes

Siri za Mafanikio Kwenye Maisha ya Kila Mwanamke

Jacinta J.B

"A woman with vision is unstoppable, a woman who is always increasing her skills multiplies. Along with passion this woman is undeniable."
— Janna Cachola

Dedication

I dedicate this book to my children, Hilda (Natalia), Joan (Amanda), Abigail (Esther), and my Niece Catherine.

Mungu azidi kuwalinda na kuwafanya wanawake wenye nguvu na wenye kujiamini.

YALIYOMO

UTANGULIZI

Je Mwanamke mwenye maono na matumaini ni nani?

Mwanamke mwenye maono na matumaini ni mwanamke mwenye kujiamini, furaha, amani, na mwenye imani wakati wote kwa sababu anajua Mungu yuko pamoja naye. Ni mwanamke anayejua malengo yake na yuko tayari kuyatimiza. Ni mwanamke anayejitambua na anayejiamini na hayumbishwi na maisha na mitazamo ya watu wengine. Anampenda Mungu kwa moyo wake wote na anamtumikia yeye pamoja na watu wa nyumbani mwake.

Mwanamke mwenye maono na matumaini anajiendeleza kiroho na kimwili. Yuko tayari kuleta amani na upendo kwa kila mtu. Ni Mwanamke anayejithamini na kuulinda mwili wake. Ni mwanamke mwenye hekima, maarifa na ana ufahamu wa mambo.

Nimeona watu wengi wakikosa mwelekeo wa maisha na kukata tamaa kwa sababu ya kukosa maarifa, ufahamu, hekima, maono, na matumaini hasa mabinti na wanawake. Wengine wamekuwa wavivu hata katika kutafuta ufahamu, elimu na ujuzi wa aina mbalimbali, kwa sababu wamekata tamaa. Kuna wengine kila wanachofanya kinashindikana au kufa kabisa. Lakini ukibadilisha mtazamo wako kimaisha na ukiamini kuwa Mungu yupo pamoja na kumpa maisha yako, hakika maisha yako yatabadilika.

Unapokuwa na matatizo, kuwa na mtazamo chanya na amini kuwa mambo mengine yanatokea kwa sababu ya kukujenga na kukuimarisha zaidi kwa kukupa maarifa. Lakini unaposhindwa tambua wapi umekosea kwa kujifunza na kuelewa nini mchango wako katika kushidwa kwako badala ya kukosa amani, kujuta na kulaumu watu wengine.

Kushindwa kwako kuwe fundisho na hatua muhimu ya wewe kusonga mbele.

Kama mwanamke, kitabu hiki kitakufundisha juu ya kujitambua, kujiamini, kujithamini na kuweza kupata mafanikio katika maisha yako wakati ukimtumikia Mungu kwa ujasiri, furaha na amani. Popote ulipo unaweza kutumika kwa kutumia nguvu na akili zako tu kama ukijiamini na kufanya kile unachokisikia ndani ya moyo wako.

Mtazamo chanya una nafasi kubwa katika kumfanya mtu afanikiwe, Kwahiyo hakikikisha unakuwa mwenye furaha na fikra chanya wakati wote. Kamwe usiyape nafasi wawazo hasi na kuyaruhusu kukutawala.

Kumbuka wewe ni wa thamani, umzuri na unakitu ndani yako Mungu alichokupa. Jitazame, ujikubali, ujithamini kuwa, wewe ni jasiri na unaweza yote unayotaka kuyafanya. Huyo ndio Mwanamke mwenye maono na matumaini. Anajitambua, anajithamini, anajua wajibu wake na ni mwanamke bora kwa familia.

Ni matarajio yangu kuwa kitabu hiki kitakufungua na nakukupa mtazamo chanya kuhusu maisha kwa ujumla kama mwanamke.

Jacinta J.B

1

JE UNAJITAMBUA WEWE NI NANI NA UKO HAPA DUN-IANI KWA KUSUDI GANI?

Kusudi la binadamu kuwepo hapa duniani lilianza pale Mungu alipokuwa anaiumba dunia. Baaada ya kuumba kila kitu, Bahari, Wanyama, Mito, Maziwa, Mabonde. Usiku na Mchana, n.k, akamuumba binadamu kwa sura na mfano wake. Lakini baada ya Mungu kumuumba binadaamu, akaona si vyema mtu huyo akiwa peke yake kwa sababu alimuona yu mpweke. Akachukua mifupa katika ubavu wake akatengeneza mtu mke. Na akamwita mwanamke. Kitabu cha mwanzo sura ya 2:22-23 kinasema "Na huo ubavu Mwenyezi-Mungu alioutoa kwa yule mwanamume akaufanya kuwa mwanamke, akamleta kwa huyo mwanamume. Ndipo huyo mwanamume akasema,

"Naam! Huyu ni mfupa kutoka mifupa yangu,

na nyama kutoka nyama yangu.

Huyu ataitwa 'Mwanamke',

kwa sababu ametolewa katika mwanamume."

Hapo tunaona kusudi la kwanza la wewe kama mwanamke kuwepo hapa duniani ni **'Ukamilifu'**. Bila wanawake dunia haijakamilika. Hata na hao wanaume bila wanawake si kitu. Haya si maneno yangu, bali Mungu

1

aliliona hilo tangu mwanzo wa uumbaji.

Kwa hiyo kuanzia sasa tambua unathamani kubwa hapa duniani kama mwanamke. Na uko hapa duniani kwa ajili ya **'ukamilifu'**. Mungu anatambua uwepo wako kwenye jamii,au mahali popote ulipo. Iwe shuleni, kazini au kwenye ndoa. **Tambua kuwa wewe ni wathamani na unahitajika hapo ulipo.** Hilo ni zoezi la kwanza katika kutambua kusudi la wewe kuwepo hapa duniani. Tambua thamani yako hapo ulipo na uko hapa duniani **'kukamilisha hii dunia '**.

Popote ulipo hakikisha unatumika vyema, iwe darasani, soma kwa bidii. Iwe kazini fanya kazi kwa bidii, kanisani, jitoe hasa pale unapokuwa na muda. Kama ni mama wa familia jali familia yako kwa hali na mali kwa sababu familia yako inakuhitaji. Kama ni housegirl (mfanyakazi wa kazi za ndani) jitume, hiyo familia inakuhitaji ndio maana uko hapo.

Kuna watu wakishapata uongozi au wakishaolewa basi wanaona ndio wamemaliza na wanasahu wajibu wao. Tambua uko hapo kukamilisha na kwa kusudi maalumu na Mungu ndiye Aliyekuweka mahali hapo. Hapo ulipo haupo kimakosa, ni makusudi na mpango wa Mungu. Kama uko kwenye ndoa, uko hapo kumkamilisha mumeo, na ndio kusudi la Mungu toka mwanzo. Na kama hujabahatika kuolewa hebu tumika kwa namna nyingine. Sio kila mtu ataoa au kuolewa. Kuna wengine wameitwa kuwa hivyo tangu kuzaliwa kwao (Useja), na wengine wamechagua hayo maisha. Sasa kama hujaolewa au kuoa usife moyo unaweza kutumia hiyo bahati kufanya kitu kingine kikubwa zaidi duniani. Pengine muda wako haujafika kwa hiyo endelea kusubiri. Ni heri kutoolewa kuliko kuolewa na ukaishia kwenye dhambi au taabu na mateso. Pamoja na hayo usichoke kumuomba Mungu na kujifunza mbinu mbalimbali za kuweza kukusaidia kupata mwanaume aliye bora wa kukuoa.

Napenda mabinti mjitambue na mtambue kuwa , wakati mwingine tabia na mienendo yako inaweza kukufanya usiwe na mvuto kwa wanaume kutaka kukuoa. Hata kama huna tabia mbaya inawezekana ni kwa sababu hujiamini au unajiamini kupita kiasi. Kutokujiamini na kujiamini kupita kiasi kama mwanamke kunakuondolea mvuto wa kuolewa, kwa sababu kama hujiamini unadharaulika katika jamii, na ukijiamini kupita kiasi , unakuwa ni tishio kwa wanaume. Wanahofia kutoheshimiwa mkishafunga pingu za maisha.

Sababu nyingine zinazoweza kukufanya ukakosa mvuto wa kuolewa ni kutokutabasamu, dharau na majivuno, kiburi, uchoyo, uchafu, moyo wenye tamaa na uvivu. Sababu ziko nyingi, lakini kama nilivyosema inawezekana muda wako haujafika, usife moyo, Mungu hashindwi kama kweli unamuomba kwa imani, nia na moyo wako ni msafi.

Jambo la muhimu ni ili uweze kufurahia maisha yako kama mwanamke, ni kutambua thamani yako hata kama hapo ulipo hupendwi, kuna manyanyaso na mateso ya kila aina. Jaribu kufuta huo mtazamo hasi wa kutokubalika na weka mtazamo chanya kuwa wewe ni wa thamani hapo ulipo na umuombe Mungu akuonyeshe njia, akuongoze, akusaidie, na akuwezeshe kubadilisha hali uliyonayo.

Kumbuka ni jukumu lako wewe mwenyewe kubadilisha 'mtazamo hasi ' na kuwa na mtazamo 'chanya' kwenye maisha. Ili kuweza kuwa na mtazamo chanya , anza kuwa na shukrani kwa uhai na hata vitu vidogo ulivyonayo. Kamwe usilinganishe maisha yako na maisha ya mtu mwingine, utaishia kuwa mtu mwenye masikitiko na huzuni siku zote na utajiona huna thamani hapa duniani.

Kila mtu ananjia tofauti ya maisha anayoipitia na vitu vyote huja kwa wakati muafaka. Kwa hiyo wakati wako pia utafika. Au yawezekana wakati wako ndio huu, Mungu anataka kukubadilisha. Kwahiyo ukibadilika na kuwa na mtazamo chanya, utaona jinsi mambo yanavyoanza kubadilika. Yule mtu uliyekuwa unamchukia anza kumpenda hata kwa kumuombea. Ile kazi usiyoipenda ongeza bidii , anza kuogeza ujuzi na kutafuta kazi nyingine badala ya kuwa na hasira na kisirani muda wote. Yule jirani unayemchukia, anza kumsalimia na kutabasamu ukimuona. Yule mume anayekutesa, endelea kumuombea na kumtendea wema, Mungu hatakuacha. Ipo siku atakufungulia mlango wa kutokea. Jithamini na uamini kuwa wewe ni wa thamani na uko hapa kwa kusudi maalumu. Matatizo au mihangaiko ya maisha ya kila siku yasikufanye ukajishusha thamani. Badili mtazamo wako. Wewe ni wa thamani na uko hapa kukamilisha hii dunia.

Kusudi la pili la wewe kuwepo hapa duniani ni 'Huduma'. Je Huduma nini? Huduma inatafsiri nyingi, lakini kwa tafsiri yangu ni tendo au kitendo unachokifanya kutoka moyoni bila kushurutishwa kwa ajili ya faida watu wengine au kwa ajili ya faida yako. Kila mmoja wetu anao uwezo wa kutoa huduma tofauti kwa kadri Mungu alivyomjalia.

Warumi 12: 6-8 *"Basi kwa kuwa tunakarama zilizo mbalimbali, kwa kadiri ya neema mliyopewa; ikiwa unabii toeni unabii kwa kadiri ya imani; ikiwa huduma tuwemo katika huduma yetu; mwenye kufundisha katika kufundisha kwake, mwenye kuonya katika kuonya kwake, mwenye kukirimu kwa moyo mweupe, mwenye kusimamia kwa bidii, mwenye kurehemu kwa furaha"*

Unapojali watu wa familia yako, mume na watoto wako ni huduma. Unaposhiriki kanisani, unapojitoa kazini kufanya kazi kwa bidi, ni huduma. Unapompikia mumeo chakula kizuri na watu wa nyumbani mwako ni huduma. Kwa hiyo tambua kuwa kila unachokifanya wewe kama mwanamke, binti au mama ni huduma unatoa. Jipe thamani na uithamini huduma yako unayoitoa mahali popote ulipo.

Sasa pale ulipo jiulize unatoa huduma gani? Au je unaweza kutoa huduma gani? Kamwe usikubali kuishi kihasara hasara ukipoteza muda, thamani na pumzi ya uhai wako Mungu aliyokupa. Kila siku thamini muda wako katika kila dakika inayopita. Kakikisha umetumia vizuri muda wako iwe kwa faida yako, familia au jamii kwa ujumla.

Kuna mabinti na wanawake masaa 24 akishinda nyumbani ni kuangalia luninga na kushinda kwenye mitandao ya kijamii. Hebu jiulize umetoa huduma gani leo kwenye familia yako pamoja na uchovu wa kushinda ofisini ukifanya kazi? Kama mwanamke lazima ujifunze kuweka uwiano sawa katika majukumu yako, ya kazini na ya nyumbani. Kamwe hilo halikwepeki na haliepukiki. Siku zote tambua kuwa huduma yako kama mwanamke au binti inahitajika nyumbani na kazini. Kama mwanamke yakupasa ufurahie kuhudumia jamii yako, familia yako, ndugu , jamaa marafiki, na watu wote kwa ujumla.

Mungu alitoa agizo kuhusu upendo. Ukiwa na upendo na watu wote utakuwa tayari kutoa huduma bila hata kusubiri malipo. Bibilia inasema katika kitabu cha Marko 12:31;

"Na ya pili ndiyo hii: 'Mpende jirani yako kama unavyojipenda mwenyewe.' "Hakuna amri nyingine iliyo kubwa zaidi kuliko hizi"

Yesu mwenyewe alisema hakuna amri kubwa kuliko hizi; ya kwanza ni kumpenda Mungu na yapili ni kumpenda jirani yako. Je jirani yako ni nani? Luka 10;29-37 inaelezea kwa ufasaha kuwa , jirani yako ni mtu yoyote aliye karibu nawe . Au kwa tafsiri nyingine jirani yako ni mtu anayehitaji msaada wako.

Inakupasa utambue kuwa, kamwe huwezi kumpenda jirani yako kama wewe mwenyewe hujipendi. Hapa naomba uelewe kuwa, unapomfanyia mtu ubaya inaonyesha ni jinsi gani wewe mwenyewe hujipendi. Maana awazacho mtu moyoni hudhihirika katika matendo yake. Unapompenda na kumuonyesha upendo jirani yako inaonyesha kuwa kwanza, unajiamini na unajitambua. Pili unajipenda. Upendo kwa jirani zako ni mtazamo wa nafsi yako na wewe unavyojichukulia.

Mpende jirani yako kama unavyojipenda wewe mwenyewe. Hapa nasisitiza kwanza, jipende mwenyewe, pili jirani yako. Kwa mfano imetokea mko mahali na jirani yako (rafiki, ndugu au mtu yoyote) ikatokea kuna njaa kali na chakula kilichopo ni kidogo hakiwatoshelezi hata nyie wawili. Kujipenda mwenyewe kwanza hapo haimaanishi kuwa ule kwanza wewe ndio umpe. Hapana, hapo nikuwa mgawane hicho chakula kilichopo sawa kwa sawa. Nadhani usingependa kuona jirani yako anakula peke yake wakati na wewe unanjaa. Mtendee jirani yako kama ambavyo wewe ungependa kutendewa. Kwa hiyo jipende kwanza, hapo utapenda hata kuwahudumia wengine.

Jambo la msingi katika kutoa huduma kama mwanamke, ni kutambua kuwa popote ulipo unatoa huduma. Hii itakupa amani na furaha na kufurahia kile unachokifanya. Kubali kujitoa na kutumika kwa ajili ya watu wengine ingawa usifanye kupita uwezo wako. Na unapokuwa katika huduma usitarajie chochote au malipo ya aina yoyote hii itakufanya uwe na amani na furaha katika huduma yako. Matarajio siku zote huleta masononeko na kuvunja moyo pale mambo yanapokwenda kinyume na njisi tulivyojarajia.

Jaribu kufurahia na amini kuwa ni kusudi la

Mungu kukuweka hapa duniani ili utoe huduma kadri utakavyoweza. Kama una ujuzi, jaribu kuwasaidia na wengine, kama unaweza kuajiri watu, waajiri. Maana kupitia wewe, watu wengi watafaidika na utakuwa umeweza kuokoa na kuponya familia za watu wengi.

Huduma yako pia inaweza kuwa ni chanzo kingine cha kukuongezea kipato katika maisha kama utaona fursa kwenye hiyo huduma unayoitoa. Kila mtu ameumbwa na huduma na wakati mwingine ni vigumu kuitambua. Ukitaka kujua unahuduma gani, fikiria kile kitu ambacho unapenda kukifanya na kinakupa furaha na amani ukiona matunda yake. Hiyo ndiyo huduma yako. Ukishatambua hivyo anza kuifanyia kazi hata kama watu watakucheka, hata kama utakosea na kuanguka mara kadhaa. Tambua kama ni kitu kinakupa furaha na amani ya moyo, hiyo ndio huduma yako. Pia usiache kumshirikisha Mungu katika hiyo huduma yako ili naye azidi kukuinua.

Ni muhimu kumshirikisha Mungu azidi kukuinua kwa njia ya kusali na kuomba. Njia moja wapo ninayoipenda kuitumia ni kumuomba Mungu kwa kuongea naye. Naongea anaye kama ninamuona. "Namwambia Mungu sasa nifanyeje"? ni hivi na hivi. Siku ile nilifanya hivi, leo ninafanya hivi. Namuuliza tena nifanyeje? Namwambia Mungu naomba unisaidie. Haya ni aina ya maombi yatakayojenga mahusiano yako na Mungu.

Kamwe haitoshi na haipendezi kila siku kulia na kulalamika kwa Mungu kama watu wasio na shukrani. Mwambie kwa kujiamini "Mungu umeniweka mahali hapa sasa unajua nitatokaje hapa nilipo" Amini nakwambia, hazitapita siku kadhaa utaona majibu yake, na utajua ni Mungu sababu utakuwa na amani na maamuzi utakayoaamua. Hiyo ni mbinu mojawapo ya maombi ninayoitumia sana, yamkini kila mtu anambinu zake za kumuomba Mungu. Kwangu mimi, hiyo imenisaidia sana kujenga mahusiano na Mungu na ninaaamini yuko nami siku zote hata ninapokuwa napitia kipindi kigumu katika maisha. Jifunze kumwendea Mungu kwa kuamini kuwa maombi yako yatamfikia. Hata kama umetenda dhambi, jishushe na utubu. Mungu wetu ni Mungu wa huruma na rehema na anasamehe makosa yetu. Na akisamehe anafuta majina yetu katika kitabu cha hukumu .

Kwa hiyo kumbuka Kusudi la pili la Mungu kukuweka hapa ni 'Huduma'. Popote ulipo tambua unatoa huduma na kama hufurahii unachokifanya, muombe Mungu akusaidie kukuonyesha huduma yako ni ipi ambayo ni kusudi la wewe kuwepo hapa duniani.

Watu wengi wanaishi kwa mawazo na masikitiko kila siku kwa sababu hawajawahi kufanya kazi au vitu wanavyovipenda ambavyo havimkosei Mungu. Matokeo yake wanafanya vitu vya kuwapa faraja na furaha ya muda mfupi, hii huwafanya kuangukia katika dhambi. Kamwe usiache kumshirikisha Mungu akuonyeshe na akuongoze katika huduma yako.

Hapo mwanzo nilisema jinsi ya kutambua huduma yako ni kuchunguza kitu gani unapenda na kinakupa furaha na amani lakini hakikisha haumkosei Mungu katika hiyo huduma yako. Pia unaweza kujikuta kuna vitu fulani ukifanya Mungu anakuongoza tu na kukufungulia njia, wakati mwingine labda huvipendi. Sasa hapo inabidi uamini kuwa yawezeka hapo ulipo ndio Mungu anataka huduma yako itumike mahali hapo. Kwa hiyo anza kujichunguza hapo ulipo, na chunguza mazingira yanayokuzunguka kwa kuangalia fursa. Kwa sababu, sehemu uliyopo ndio mahali pazuri pakuanzia kutambua huduma iliyojificha ndani yako, usisubiri kesho.

Kuna watu watasema maisha ni magumu na ni vigumu kufanya vitu au kitu unachokipenda. Neno la Mungu linasema kuwa, kupenda mali sana mwisho wake ni kutenda maovu. 1Timetheo 6:10. *"Sasa jihadhali na kupenda pesa sana, mwisho wake sio mzuri. Na kumbuka siku ya kuaga hii dunia utaacha kila kitu"*

Neno la Mungu linazidi kusema kuwa kila kitu ni mali ya Mungu. Zaburi 24:1 *"Dunia na vyote vilivyomo ni vyake Mwenyezi-Mungu; ulimwengu na wote waishio humo ni mali yake"*. Kwa hiyo hakuna sababu ya kuhofia sana maisha ya kesho wakati tunafahamu siku tukiondoka hapa duniani, hatuondoki na kitu chochote. Na ukiendelea kuwa na mtazamo hasi au ukiwa mtu wa kulalamika kila siku, hali yako ya kimaisha haitabadilika. Ila kama ukiamini, ipo siku kweli maisha yako yatabadilika na utajikuta unafanya kitu unachokipenda na kinakupatia kipato unachohitaji. Muhimu ni kukumbuka, maisha hayawezi kubadilika kama hufanyi kazi kwa bidii na kama hujabadilisha mtazamo wako.

Biblia inasema utajiri mzuri ni wa kumtumikia Mungu kwanza. 1 Timotheo 6:6-7 *"Kweli kumcha Mungu humfanya mtu awe tajiri sana, ikiwa anatosheka na vitu alivyo navyo. Maana hatukuleta kitu chochote hapa duniani, wala hatutachukua chochote"*. Mawazo ya kuwa tajiri au na mali nyingi yasitawale sana maisha yako. Hakika unaweza pata vyote, ukaviacha au ukapoteza vyote siku inayofuatia. Jambo la muhimu ni kutumia mazingira uliyopo ili kuweza kutambua huduma yako. Na ukijisikia unataka kufanya kitu, anza mara moja usisubiri. Kumbuka, bila kujaribu na kushindwa, bado hujafanya kitu na hujafanikiwa. Kwa hiyo usiogope kushindwa, ni sehemu ya maisha.

Kama mwanamke tambua popote ulipo unatoa huduma,

thamini huduma yako na ujithamini kuwa unafanya jambo lililojema na la muhimu kwa ulimwengu huu.

Kusudi la tatu la mungu kukuweka hapa duniani ni 'kuleta amani'. Tukiangalia kusudi la kwanza la 'kukamilisha', la pili 'Huduma' na hili la tatu, 'kuleta amani' yote yanaendana. Wewe kama mwanamke utawezaje kuleta amani hapa duniani? Amani inatoka katika upatanishi, amani ipo katika maombi, amani ipo katika upendo na amani ipo katika kusamehe. Hata kumfanya mumeo akalala usingizi mzuri nayo ni kuleta amani. Mungu ametupa nguvu kubwa katika kuleta amani. Wale wanawake mahiri katika Biblia (Esther, Hannah, and Abigail) walitumia uwezo wao wa kuongea vizuri na hekima katika kuleta amani.

Waroma 12:18. *"Kadiri inavyowezekana kwa upande wenu, muwe na amani na watu wote"* Kama wanawake tunao huo uwezo kwa kuleta amani. Kwanini tusiutumie vyema huo uwezo? Lakini katika jamii zetu hali ni kinyume. Wanawake ndio wamekuwa watu wa kwanza kuchonganisha na kuvunja familia. Kusengenya maofisini na hata kunyanyasa watoto na watu wengine wasiokuwa na uwezo. Sasa kama wewe unasema unampenda Mungu na unasali muda wote, lakini kutwa unachonganisha watu maofisini, kwenye nyumba za ibada, na hata kwenye familia, unamkosea Mungu. Acha mara moja.

Dada unamuonea wivu ndugu yako kwa kuolewa na mume mzuri, rafiki unamuonea wivu rafiki yako kwa sababu anamaisha mazuri na unamtamani mume wake. Hakika nakwambia huzuni na maumivu ya ndugu yako hayatakuacha salama. Unaweza usipate shida kwa wakati huo unapofanya hayo yote, lakini kizazi chako kikawa ni kizazi cha watu wasiokuwa na amani na wakajutia hata kuwepo hapa duniani. Au yale uliyomfanyia mwanamke mwenzio yakakurudia wewe mwenyewe kabla hujaondoka hapa duniani. Kwa hiyo usiwe wa kwanza kumkosesha amani binadamu mwenzio, kumbuka hautabaki salama. Hilo sio kusudi la wewe kuwepo hapa duniani. Uko hapa kuleta amani. Ukifanya kinyume, unamfanyia kazi shetani bila malipo. Acha sasa kuvuruga amani. Kuwa mpatanishi na ombea familia yako, marafiki zako hata maadui zako.

Ukiona watu wamefarakana jaribu kuwapatanisha na sio kuchochea ugomvi wao. Na kama ukiona unataka kuvuruga amani Mwambie Mungu *"sitafumbua kinywa changu maana wewe ndiwe uliyeyafanya."* Zaburi ya 39:9. Na ukae kimya ukimkabidhi Mungu na kumuomba akusaidie hadi utapoona unaweza kuongea vizuri na kwa amani. Ukipewa watoto na mwanamke mwenzio walee kwa amani na sio kuwanyanyasa, kwa sababu utakuwa umewaharibia maisha yao kisaikolojia na kamwe hawatakuwa sawa kama watoto wengine.

Kuna mabinti na wanawake wengine tabia zao zimekuwa mzigo na sababu ya kuwakosesha wazazi, ndugu na jamaa usingizi. Kumbuka asiyefunzwa na mama yake hufunzwa na ulimwengu. Na ni jukumu lako kuamua kuishi vizuri, kwa furaha na amani hapa duniani.

Muombe Mungu akuwezeshe uwe mwanamke na binti mwenye kuleta amani na uwe jibu kwa familia yako, ndugu, jamaa na marafiki na hata jamii yako kwa ujumla. Sasa ni wajibu wako kujiuliza " je matendo yangu au maneno yangu yanampendeza Mungu na ni yenye kuleta amani?"

Kusudi la nne la wewe kuwepo hapa duniani ni 'kwa ajili ya upendo'. Ili uweze kuishi kwa furaha, amani na mafanikio ni lazima uwe mtu mwenye upendo. Mpende kila mtu. Ila kama kama mtu asipopokea upendo wako, kubaliana na hiyo hali na ukumbuke pia kamwe huwezi kumridhisha kila mtu. Neno la Mungu linasema *"Na wale wasiowakaribisha, mtokapo katika mji huo, yakung'uteni hata mavumbi ya miguuni mwenu, kuwa ushuhuda juu yao"*. (Luka 9:15, Marko . 6:11, Mathayo 10:14). Hapa Biblia inatufundisha kukubaliana na mazingira na hali inayotuzunguka.

Yamkini kuna watu ambao wanahisi hawapendwi na jamii na kila mtu wanayekutanana naye. Kama unahisi watu hawakupendi, tatizo litakuwa kwako. Jichunguze jinsi unavyoongea na watu, je unapokuwa nao matendo yako yakoje? Mara ngapi unatabasamu mtu anapokusalimia? Au kwa sababu unawazidi cheo, mali na uwezo kiakili unawaona hawafai? Inawezekana matendo yako mbele yao yanawafanya wasikupende. Vile vile unaweza kuwa mtu unayekosesha amani watu wengine, hapo ni vigumu kila mtu kukupenda. Kwa hiyo kama unahisi hupendwi na ndugu , jamaa, na marafiki hata jamii kwa ujumla, tatizo litakuwa kwako. Lakini, usife moyo, unaweza kufanya watu wakakupenda na wakapenda kuwa karibu nawe kama ukibadili mtazamo wako. Na suluhisho pekee ni kuonyesha upendo kwa kila mtu, watu watakupenda na watapenda kuwa karibu nawe pia.

Njia mojawapo ya kuonyesha upendo ni kuwaeleza watu maneno mazuri. Sifia wanaofanya vizuri, wape moyo wanaoanguka na kushindwa. Wape pole wenye matatizo. Hata kama hutaki jilazimishe hadi hali itakapo anza kuja yenyewe. Utajikuja ni rahisi kwako kusema maneno mazuri na yenye faraja kwa watu. Kila siku hakikisha umesema kitu kizuri kwa mtu cha kumpa moyo au hata kumsifia tu. Hakika unaweza kuwa umeifanya siku yake kuwa njema. Inawezekana huyo mtu anachohitaji ni maneno mazuri tu ya upendo kutoka kwa mtu mwingine. Kwa hiyo jitahidi kuwa binti na mwanamke mwenye kuwapa watu wengine faraja, amani na furaha.

Mwanamke mwenye maono na matumaini,anamoyo safi usiokuwa na visasi wala visirani wakati wote. Ni mwanamke mwenye upendo na watu wote hata kwa waliomkosea. Tunaambiwa tuwapende jirani zetu , marafiki , ndugu na watu wote. Kuna watu wana ishi na visirani hawataki hata kuona wageni majumbani mwao au hata kuwasaidia watu wenye shida mbali mbali , kwasababu wao wenyewe hawajipendi. Kwa hiyo inakuwa vigumu wao kupenda watu wengine. Ukijiona wewe hutaki wageni kwako, ni kwasababu wewe mwenyewe hujipendi. Tazama familia katika nchi zilizoendelea. Wanafanya vitu vya ajabu sababu ya upweke. Wanataka kushibisha mioyo yao upendo wanaoukosa kutoka kwa watu wengine. Huku kwetu angalau bado tunaweza kuishi na watu na tukapata watu wa kuongea nao. Kwahiyo ni muhimu kuwa na upendo na watu wote kwa sababu ya afya ya akili .

Lakini ikumbukwe katika kupenda hapo ninaongelea upendo wa 'Agape', Sio upendo wa kinafiki, unampenda mtu akiwa na kitu au kwa sababu ya kitu. Hicho kitu au hiyo sababu ikisha kufa na kuondoka na upendo nao unakufa. Kwa hiyo ni upendo wa 'Agape',. Upendo usiotarajia kitu au malipo.

Vile vile utakapokuwa na familia kama mama wafundishe watu wa nyumbani mwako upendo. Kumbuka mfundishe mtoto njia impasayo na hakika hata iacha kamwe. Mithali 22:6 *"Mlee mtoto katika njia impasayo, naye hataiacha, hata atakapokuwa mzee"* .

Pia kama wewe ni binti au mwanamke na uko kwenye mahusiano, jifunze dalili za kuweza kutambua mapema kama hapo ulipo hupendwi au unapendwa. Mwanaume anayekupenda atakuheshimu wewe , ndugu, jamaa na marafiki zako, hata jamii yako kwa ujumla. Atajali hisia zako, muda wako, na atajitahidi kukusaidia uinuke mahali ulipo. Sio lazima kifedha hata kwa ushauri. Lakini pia atakuwa tayari kujitoa kwa ajiri yako. Atatamani na atajitahidi kuona unasonga mbele katika kutimiza ndoto zako. Vile vile mwanaume anayekupenda, atakulinda. Kwahiyo hivyo ni vitu muhimu vya kuangalia, kama havipo kwenye mahusiano uliyopo ni vyema ukaachana na huyo mtu. Kamwe usikae kwenye mahusiano na mtu anayekudhalilisha, anayekufanya ujione huna thamani na anayekudharau.

Kuna mabinti na wanawake wengi wamekuwa wanaishi kwa uchungu kwa kunyanyaswa kimwili, kihisia na kisaikolojia. Wanashindwa kuchukua hatua kwa kukosa kujiamini. Kama unajiamini , unajithamini na kujipenda ni rahisi kujua hapo ulipo hupendwi na utaachana na watu wasiokupenda. Maana kuendelea kuwa kwenye mahusiano na mtu asiyekupenda, nikujipa kidonda cha moyo kwa huzuni, mawazo na utazidi kuumia kila siku. Na mwisho wake utaanza kumlaumu Mungu. Unapaswa kujiamini pale unapoona hutendewi vyema kwenye mahusiano na uwe tayari kumweleza mwenzi wako. Na kama umeshafanya jitihada zote zikiwemo za wewe kubadilika kitabia na kimtazamo lakini bado anakutendea yale yale, ni vyema ukavunja hayo mahusiano ili uwe na amani.

Tambua wewe ni mzuri, ni wa thamani ndio maana hata huyo uliyenaye alikutamani na alitaka kuwa na mahusiano na wewe. Upendo wako ni afadhali ukawapa watu wengine kuliko mtu asiyekuthamini maana unapotea bure.

Kwa hiyo kama mwanamke mwenye kujiamini na unayejithamini, onyesha upendo kwa watu wote na wasaidie wasiojiweza, hapo kweli utakuwa umetimiza na unafanya kusudi moja wapo la wewe kuwepo hapa duniani. Hakika utakuwa mtu mwenye furaha na amani siku zote za maisha yako.

Kwa kumalizia, kumbuka sababu kuu nne za wewe kuwepo hapa duniani kama mwanamke.

1.   Ukamilifu,

2.   Kutoa huduma,

3.   Kuleta amani na

4.   Upendo.

Kwa muhtasari , Ukamilifu ni kuwa uko hapa duniani kukamilisha hii dunia. Tambua wewe ni wa thamani na hapo ulipo unathamani kubwa. Usijidharau na kujiona kwa kuwa hujafanya vitu fulani au hauko kama fulani , basi huna thamani. Mara utakapoanza kujipa thamani hata wanaokuzunguka pia wataona thamani yako. Tambua kuwa wewe ni wa thamani na hakuna mwingine au mwanamke kama wewe. Mungu alikuumba kwa thamani kubwa kama mwanamke na akakupa jukumu la kukamilisha hii dunia. JITHAMINI, JIKUBALI, JIAMINI. (3Js).

Kusudi la pili 'Huduma' . Mungu ameweka huduma moyoni mwako kama mwanamke. Popote ulipo tumika. kanisani, shuleni , kazini, tumika ipasavyo. Na kama hujatambua huduma yako, tazama kile kitu unachopenda kufanya na kinakupa furaha na amani. Unaweza kumweleza mtu hiyo huduma yako, akakucheka au kukuvunja moyo, lakini usikate tamaa. Kama humkosei Mungu katika hiyo huduma yako usiache kuitimiza, anza mara moja. Lile wazo unalilofikiria lifanyie kazi. Kumbuka haya ni maisha yako na huna haja ya kumridhisha kila mtu maana lazima kuna watakao kucheka, watakaokukosoa n.k. katika huduma yako.

Mwangalie Mungu, sema naye. Muulize kweli hii ni huduma yangu? Kuna wakati utashindwa, utaanguka lakini usikate tamaa. Songa mbele. Kumbuka unakitu ndani yako ambacho watu wengine hawana. Mimi sikuwahi kuwaza kuandika vitabu wala kufundisha sababu nilikuwa napenda kutengeneza vitu, au kudesign wazungu wanasema. Lakini nilikuja kugundua ninapata furaha na amani ninapoandika vile vile hata ninapofundisha ninajisikia faraja , furaha na amani. Hiyo ndio huduma yangu na sitaiacha, ingawa mwanzo ni mgumu na makosa mengi hufanyika.

Kwa hiyo angalia hapo ulipo,yawezekana huduma yako ikaanzia hapo. Wakati mwingine unaweza kuwa unapenda kitu , lakini Mungu anakuonyesha mlango mwingine ambao unaonekana ni mgumu. Hapo unatakiwa kusikiliza moyo wako na kumuuliza mungu. Ukiwa na amani jua hiyo ndio huduma yako, ukiona huna amani tambua hiyo sio huduma yako na wala sio mpango wa Mungu.

Matajiri wengi duniani wametajirika kwa kutoa huduma na baadae kurudisha shukrani kwa Mungu. Kwa hiyo ni vyema kukumbuka kuwa ukishatoa huduma, ni muhimu kurudisha shukrani kwa Mungu kwa faida uliyoipata. Hakika utafanikiwa na utakuwa na amani hata kama unapitia kipindi kigumu katika maisha. Kwamwe usikubali kuishi duniani kwa hasara, fanya kitu sasa kabla hujaiacha hii dunia.

Kusudi la tatu na nne. **'Amani na Upendo'**. Hebu tumika kwa kuwa mpananishi na sio mnafiki wala mchonganishi na mvunja amani na familia za watu. Hivi unajua hata unapomchukua mume wa mtu unavunja amani? Kuwa mtu wa furaha, hata usipokuwepo mahali fulani watu wataona tofauti sio kwa ubaya bali kwa uzuri, kwa sababu wewe ni mwanamke mwenye kuleta amani na mwenye upendo wa kweli.

Onyesha upendo kwa watu wote . Lakini siku hizi dunia yetu imeharibika, unaweza kumjali mtu akakudhuru. Sasa kuwa mwangalifu katika hilo. Kumbuka mpende jirani yako kama nafsi yako. Huwezi kumpenda jirani kama wewe kujipendi. Ukijipenda wewe utampenda jirani yako. Hayo ndio makusudi ya wewe kuwepo hapa duniani. Kumbuka wewe ni wa thamani hapo ulipo na Mungu amekuweka hapo ili utumike kuleta **ukamilifu, kutoa huduma, kuleta amani na upendo.**

2

JE UNAWEZAJE KUWA MWANAMKE MWENYE MAO-NO NA MATUMAINI?

Ili kuwa mwanamke mwenye maono na matumaini, kuna vitu lazima uvifanye. Lakini tutafakari kwanza maono ni nini? Na kwanini ni lazima na muhimu kuwa na maono? Kwa lugha ya kiingereza

"A vision is a picture or idea you have in your mind of yourself, your business, or anything which is going to happen." (Internet)

Kwa nini ni muhimu kuwa na maono?

"A clear vision helps you pursue dreams and achieve goals; an idea of the future, a strong wish. Having a vision is most important in the path of your success in life. It creates a desire to grow and improve. You feel much more valuable as a person when you set and achieve visions and goals" (Internet).

Kwa lugha ya Kiswahili ninaweza kusema, **Maono ni picha aliyonayo mtu kuhusu maisha yake ya baadae.**

Maono ni muhimu kwasababu ni njia itakayokusaidia na kukusukuma kufikia malengo na ndoto zako. Kuwa na maono ni muhimu katika kufanikiwa, kupata heshima na hadhi katika jamii na kujisikia unathamani katika maisha.

Je matumaini ni nini?

Kwa lugha ya kiingereza matumaini (hope) is to trust in, wait for, look for, or desire something or someone; or to expect something beneficial in the future.

Kwa lugha ya Kiswahili matumaini, ni kuamini, kungoja, kutamani kitu au mtu na kutegemea kitu au vitu vizuri vyenye kuleta faida kwenye maisha ya baade.

Kwa hiyo ukiunganisha maneno hayo mawili, vision and hope au maono na matumaini tunapata tafsiri ya kuwa ni '**maono na matumaini ni picha nzuri aliyonayo mtu, ya maisha yake ya baadae ambayo anaimani itatimia na yuko tayari kuitimiza"**.

Kwa hiyo, mwanamke mwenye maono na matumaini ni yule ambaye anafahamu na anatambua kwanini yuko hapa duniani na anajua malengo na ndoto zake . Anafahamu vitu gani anahitaji na atafanya vitakavyompa amani na furaha katika maisha yake ambavyo havimkosei Mungu. Ni mwanamke anayejitambua na mwenye kujiamini, mwenye amani na furaha wakati wote hata wakati wa shida kwa sababu anajua Mungu yuko pamoja naye na lolote analolipitia kwa muda huo litapita kwa kuwa ni tatizo la muda tu. Ni mtu wa maombi na shukrani na haogopi kufanya wito anaousikia kutoka moyoni mwake.

Ili uwe mwanamke mwenye maono na matumaini , jambo la kwanza unatakiwa utambue uwepo wa nguvu ipitayo nguvu zote, au Mungu kwa wanaomini. Kwa tafsiri nyingine 'umkabidhi mungu maisha yako'. Hapa sio lazima uokoke au sijui uache dini yako, la hasha, nikukubali kuwa Mungu yupo na unampa nafasi ya kwanza katika maisha yako. Ni Mungu yupi? Hiyo ni juu yako kutokana na imani yako. Wengine wanasema jikabidhi kwa ile nguvu inayoshinda nguvu zote. Ni vigumu kuwa na maono na matumaini kama hutambui kuna nguvu ishindayo nguvu zote au kama huamini kuna Mungu. Je matumaini yako yatakuwa wapi na kwa nani? Lazima kuwe na kitu au uwezo unaouamini. Ndio maana hata wasiokuwa na dini wanafanikiwa kwasababu kuna nguvu wanayoiamini wao kutokana na imani zao. Lakini hapa tunazungumzia Mungu mkuu, Mungu anayeishi . Kwahiyo kama unaamini kuna Mungu jifunze kumwachia akuongoze katika kila jambo.

Utaniuliza Je itawezekanaje? Inawezekana ukiamua. Na siri ni kuwa na imani. Bibilia katika Waebrania 11:1 inatafasiri *'Imani, ni kuwa na hakika ya mambo yatarajiwayo, ni uhakika wa mambo tusiyoyaona'*. Unatakiwa kuwa na uhakika wa unayoyatajaria na usiyoyaona. Hapo ndio yanakuja matumaini. Unaamini kuwa utafanikiwa katika maono uliyonayo.

Wakati unamkamkabidhi Mungu ili akuongoze katika maisha yako lazima uwe na malengo na vitu unavyotaka kuvifanya au kuvikamilisha. Unajitoa kwa yote na kwa lolote ambalo ni kwa mapenzi ya Mungu. Mithali 3:5-6 inasema *"Mtumaini Bwana kwa moyo wako wote wala usizitegemee akili zako mwenyewe, katika njia zako zote mkiri yeye,naye atayanyosha mapito yako"*. Hapo tunaelekezwa kumtumaini na kumtanguliza Mungu katika kila jambo. Lolote utakalolipanga na kutaka kulifanya muombe akuongoze lifanyike kwa mapenzi yake na kutoka na na yale aliyoyapanga kwako tangu alipokuumba.

Kwanini ni muhimu kuomba malengo yako yafanyike kwa mapenzi ya Mungu? Kwa sababu, Mungu anajua maisha yetu tangu tukiwa tumboni mwa mama zetu. Ameshapanga kila kitu, vizuri, vibaya vyote viko katika uwezo wake. Kwa mfano kwenye Biblia, hata Yesu alisulubiwa baada ya Yuda kumsaliti (Yohana 18:2-5). Sikwamba Mungu alishindwa kuvizuia visitokee, ni kwa sababu ulikuwa ni mpango wake ili yote aliyoyapanga yatimie.

Kwa hiyo Mungu anajua na ameshapanga safari ya maisha yetu hapa duniani. Kama uko katika kipindi kigumu katika maisha usihofu. Lolote unalolipitia amini litapita na jaribu kutafuta amani katika hilo jambo hakika utashangaa. Yeremia 29:11 Inasema *"Kwa maana ninajua mipango niliyo nayo kwa ajili yenu," asema Bwana, "ni mipango ya kuwafanikisha na wala si ya kuwadhuru, ni mipango ya kuwapa tumaini katika siku zijazo"* Kwa hiyo kuna matatizo mengine ni baraka na sio matatizo kama utayachukulia katika mtazamo chanya.

Sasa tuangalie Bibilia inasemaje kuhusu kuwa na malengo yako binafsi na kumkabidhi Mungu. Kama binadamu ni lazima kuwa na mipango na malengo. Mithali 19:21 inasema *"Kuna mipango mingi ndani ya moyo wa mtu,lakini kusudi la Bwana ndilo litakalosimama'*. Kwa hiyo unaweza kuwa na malengo na ndoto nyingi lakini zile zilizoko katika mpango wa Mungu ndio zitakazotimia. Mithali 16:3 inasema. *"Mkabidhi Bwana lolote ufanyalo,nayo mipango yako itafanikiwa"*. Hapa unatakiwa kuwa na imani kuwa utafanikiwa, ukimkabidhi Mungu. Ukiwa na wasiwasi na uoga hakuna jambo zuri litakalotokea kwa sababu unategemea kushindwa badala ya kushinda. Hivyo elewa, kila kitu kinaanzia katika mtazamo wako. ukiwaza kushindwa utashindwa. Ukiwaza kufanikiwa na mafanikio, utafanikiwa. Mafanikio yako yako mikononi mwako.1 Yohana 5:14 inasema kuwa *"Na huu ndio ujasiri tulio nao kwake, ya kuwa, tukiomba kitu sawasawa na mapenzi yake, atusikia"* . Tuwe na ujasiri wa kuwa na imani kubwa kwa Mungu ili aweze kusikia maombi yetu. Wafilipi 4:6-7 inasema *"Msifadhaike juu ya jambo lo lote; lakini katika kila jambo mjulisheni Mungu haja zenu, kwa kusali na kuomba pamoja na kushu kuru; Na amani ya Mungu, ambayo inapita ufahamu wote, italinda mioyo yenu na nia zenu kwa Kristo Yesu"*

. Hapa tumeahidiwa kuwa, Mungu atalinda nia, nafsi na malengo yetu. Hivyo basi, Mungu mwenyewe atatusaidia kufanikisha malengo yetu.

Faida nyingine ya kumkabidhi Mungu malengo yako ili akuongoze ni kuwa, Mungu atakuongoza katika hatima ya maisha yako (Your Destiny). Utaweza kutambua wewe ni nani na vitu gani unapenda na vitu gani unaweza kuvifanya. Mungu hataweza kukupa vitu ambavyo vitakushinda kuvitimiza na atakupa njia ya kukusaidia pale unaposhindwa.

Watu wengi wanashindwa kutumia vizuri imani zao za kidini na imani yao kwa Mungu sababu ya kuwa na mawazo hasi na uoga. Kwa hiyo umkabidhi mungu haja zako. Kwa sababu kama huna matumaini na matarajio chanya, huwezi kufanikiwa. Kuwa na malengo katika maisha lakini mtangulize Mungu kwanza ili akuongoze. Na hapo ndio maono yako na matumaini yatakapofanya kazi kuweza kukufanya ufanikiwe.

Hatua ya pili ni 'kuwa na hekima, ufahamu na maarifa'. Hebu tuone Hekima ni nini? Maarifa nini? Na ufahamu nini?

Hekima ni nini?

Hekima ni hali bora ya mtu katika kutambua ukweli wa binadamu, vitu, matukio na mazingira mbalimbali hata kuchagua vizuri la kufanya (internet)

Tafsiri nyingine

Hekima ni uwezo wa kutumia maarifa uliyonayo kwa ajili ya kuzalisha matokeo unayotamani maishani mwako. (internet)

Maarifa ni nini?

Maarifa hujulikana kama Knowlegde kwa lugha ya

kiingereza.

Knowledge is information and skills acquired through experience or education' or

Knowledge is awareness or familiarity gained by experience of a fact or situation'.

Kwa lugha ya Kiswahili

Maarifa ni elimu uliyoipokea

Maarifa ni taarifa na ujuzi uliopatikana kupitia uzoefu au mafunzo fulani'

Hivyo maarifa ni ujuzi, elimu au taarifa, ambayo imepatikana kupitia kujifunza darasani au uzoefu wa kufanya jambo kwa muda mrefu.

Ufahamu ni nini?s

Ufahamu ina maana nyingi mfano , kwa kifupi ni 'understanding' or 'awareness' wa lugha ya kingereza. Na kutoka kwenye kamusi,

Understanding is the ability to understand something or an individual's perception or judgment of a situation or sympathetic awareness or tolerance.

Kwa tafsiri ya moja kwa moja kwa lugha ya kiswahili

Ufahamu ni uwezo wa kuelewa kitu au mtu binafsi, mtazamo

Na kutoka kwenye kamusi,

Ufahamu ni neno linalotokana na kufahamu. Kufahamu ni kuwa na taarifa sahihi na za kutosha juu ya jambo au tukio fulani kiasi cha kuweza kumwelewesha mtu mwingine. Ni ile hali ya kujua jambo na kuelewa jambo na kuweza kulifafanua au kutoa taarifa zinazohusiana na habari hiyo.

Kwa hiyo ufahamu utatupa uelewa wa mambo mbalimbali, uwezo wa kujenga hoja,na uwezo wa kuchambua mambo.

Tunaona katika bustani ya Edeni Eva, aliingia katika mitego ya shetani kwa sababu hakuwa na ufahamu kuhusu shetani au ubaya wa shetani. Kwa hiyo kama huna ufahamu wa mambo ni rahisi kushindwa katika vitu vidogo na hata kujaribiwa na kuingia katika mitego ya shetani. Mabinti wadogo wanarubuniwa na kuingia kwenye matatizo sababu ya kukosa elimu na ufahamu wa tabia za wanaume na jinsi ya kujilinda na mitego yao.

Tumeshaona Hekima ni hali bora ya mtu katika kutambua ukweli wa binadamu, vitu, matukio na mazingira mbalimbali hata kuchagua vizuri la kufanya. Na kuwa na hekima ni kuwa na uwezo wa kujua mazuri na kuyatenganisha na mabaya

Sasa unaipataje hekima? Hekima inapatikana kwenye ufahamu na maarifa na pia inatoka kwa Mungu. Hivyo, tenga muda wako kusoma na kujiendeleza kielimu . Utajiuliza Elimu nitaipataje ?, Elimu inapatikana hata kwa kusoma vitabu na sio darasani tu.

Hebu tuone Biblia inasemaje kuhusu hekima. Mithali 3:13-14 *"Heri mtu yule aonaye hekima, mtu yule apataye ufahamu; Kwa maana hekima ana faida kuliko fedha na mapato yake ni bora kuliko ya dhahabu Safi"*. Hapa Bibilia imetaja hekima na ufahamu. Kama huna ufahamu wa mambo huwezi kuwa na hekima. Kwahiyo hivi vitu vyote hekima na ufahamu vinaendana.

Mithali 3:15 *"Hekima ana thamani kuliko marijani, hakuna chochote unachokitamani kinachoweza kulinganishwa naye"*. Unaambiwa hekima inathamani kuliko kitu chochote.

Sasa kwanini usiombe na kuitafuta hekima kwanza? Kama nilivyosema mwanzo, ufahamu unapatikana kwenye vitabu. Watu wanasema ukitaka kuficha jambo watu wa kutoka bara la Afrika , liweke kwenye vitabu. Ni kweli waafrika hatusomi vitabu, na ndio maana hatujui vitu vingi. Nchi zilizoendelea wamewekeza kwenye vitabu. Elimu unayoipata kwa kujisomea vitabu hutaipata darasani wala hakuna atakaye kufundisha. Sasa ni jukumu lako kutafuta elimu na ufahamu wa mambo ili uweze kuwa na hekima.

Mfano, Biblia imelezea kila kitu hadi utaratibu wa kuishi duniani. Lakini leo hii wakristo wengi wamekuwa wafuasi wa makanisa au watu badala ya kulifuata neno la Mungu na kulielewa. Wamekuwa watu wa kuburuzwa tu. Tumeona habari kwenye mitandao ya kijamii kuhusu viongozi wa makanisa wanavyowatumia wafuasi wao wa wakikiristo vibaya. Na hao wafuasi wa hayo makanisa wanatii kwa sababu hawana marifa na ufahamu wa mambo. Lakini kama ukisoma Biblia na kuielewa hapo inakuwa ni rahisi kujua kuwa mahali ulipo ni sahihi au la. Hosea 4:6 Inasema *Watu wangu wanaangamizwa kwa kukosa maarifa*. Hivyo bila maarifa na ufahamu wa mambo ni rahisi kuyumbishwa na kupelekeshwa kwasababu hujui lolote.

Kwa hiyo elimu na ufahamu wa mambo utakulinda na hekima itakusaidia kutambua njia ikupasayo kuenenda. Mithali 24: 3-5 *"Kwa hekima nyumba hujengwa, nayo kwa njia ya ufahamu huimarishwa; kwa njia ya maarifa vyumba vyake hujazwa vitu vya thamani na vya kupendeza; Mtu mwenye hekima ana uwezo mkubwa, naye mtu mwenye maarifa huongeza nguvu"*.

Kama mwanamke ukiwa na ufahamu, maarifa na hekima, utakuwa mwanamke mwenye nguvu na hakuna kitu kitakachokusumbua kwa sababu unafahamu jinsi dunia inavyokwenda. Mithali 14: 15 Inasema *"Mtu mjinga huamini kila kitu, bali mwenye busara hufikiria hatua zake"*. Kuwa na hekima, ufahamu na maarifa, kutakusaidia katika maamuzi yako, kutambua nini cha kufanya, kufanikiwa katika malengo yako na hata kuweza kuishi kwa kujiamini zaidi hapa duniani

Kwa hiyo Ili uweze kufanikiwa kuwa mwanamke mwenye maono na matumaini ni lazima kuwa na elimu ya ufahamu wa mambo. Na ndani ya ufahamu ndio hekima hujengeka. Biblia inazidi kusisitiza umuhimu wa kuwa na ufahamu na hekima. Mithali 2:2 *"kutega sikio lako kwenye hekima na kuweka moyo wako katika ufahamu"*

Kwa hiyo itafute sana hekima na uombe mungu akupe hiyo hekima. Lakini huwezi kupata hekima kama huna ufahamu na maarifa. Hivyo, kumbuka, mwanamke mwenye maono na matumaini ni mwanamke mwenye hekima, anamaarifa na ufahamu wa mambo na anatumia vizuri muda wake kwa kila fursa anayoipata na kwa umakini.

Hatua ya tatu ni 'Kujiamini'. Baada ya kupata hekima ,ufahamu na maarifa, kujiamini ni hatua inayofuatia. Hii ni hatua muhimu sana ili kuwa mwanamke mwenye maono na matumaini. Ili kuweza kufanikisha malengo yako ni lazima ujiamini kuwa, unaweza na unao uwezo wa kutimiza malengo na ndoto zako.

Bila kujiamini utajiuliza mwenyewe maswali yanayoweza kukuvunja moyo katika maono yako. Vile vile watu pia wanaweza kukuvunja moyo. Lakini ukishakuwa na maarifa na ufahamu wa mambo ni rahisi kujua na kujiamini ni kitu gani unataka na unaweza kufanya katika jamii yako kitakacholeta faida kwako na hapa duniani.

Mfano unaweza kuwa na maono na maarifa ya kuwa

daktari, mwandishi, au hata kuanzisha kiwanda chako cha nguo, n.k. Lakini bila kujiamini kuwa unaweza, hutaweza kuyafanyia kazi maono yako. Mwanamke mwenye maono na matumaini anajua ni kitu gani anataka kufanya ,anajiamini anaweza na anaimani atafanikiwa . Wafilipi 4:13 *"Inasema. Nayaweza yote katika yeye anitiaye nguvu"* Kumbe tunaye Mungu anayeweza kutupa nguvu katika kila jambo na kutupa ujasiri wa kufanya vitu tunavyoviona ni vigumu kwetu.

Kwa mfano, mimi nilikuwa muoga sana wakati napitia mafunzo ya udereva. Nikiwa barabarani naona kama kila gari itakuja kunigonga. Kumbe ni hali iliyokuwa kwenye akili yangu tu . Baada ya kuhitimu mafunzo ya udereva, sikuweza tena kuendesha gari sababu ya uoga. Siku moja nikapata shida ya ghafla nikiwa nyumbani peke yangu. Gari lipo nyumbani lakini kuendesha kwangu ilikuwa ni mzigo mkubwa kwa sababu ya uoga. Nikawaza " Leo nitawezaje kuendesha gari?" Maana uoga ulikuwa umenitawala sana na nilikuwa nahofia kupata ajali ya kugongwa niwapo barabarani . Mara nikakumbuka Wafilipi 4:13 *"Nayaweza yote katika yeye anitiaye nguvu"*, Ikanibidi nirudie kusema hayo maneno mara tatu hadi nikayaamini na kuona kuwa, kweli ninaweza kuendesha gari mwenyewe. Basi nikasema "Mungu naomba unilinde maana ninaenda kuendesha hili gari na ninakutumainia wewe" .

Kwa jinsi akili zetu zilivyo za ajabu, siku hiyo nilifanikiwa kuendesha gari mwendo mrefu na nikiwa peke yangu zaidi ya lisaa limoja na kurudi nyumbani salama. Kuanzia siku hiyo nikajifunza kutumia huo mstari wa Biblia pale ninaposhikwa na uoga wa kufanya kitu. Baada ya kusema hayo maneno basi hofu huniondoka na ninajawa na ujasiri na kujiamini. Hatimaye ninafanikiwa katika kile nilichokuwa naenda kukifanya. Huo ulikuwa ni mfano mmoja wapo wa jinsi hofu inavyoweza kukutawala na kukufanya ushindwe kutimiza malengo na ndoto zako. Wanasaikolojia wanasema, njia ya kushinda uoga ni kufanya jambo unalolihofia.

Ukijiamini ni rahisi kufanyia kazi ndoto zako, maono na malengo yako bila kuyumbishwa na mawazo ya watu wala maneno. Kwa sababu kwanza; umeshapata maarifa na elimu ya kile unachotaka kukifanya. Pili unajiamini na unaye Mungu anayekuongoza. Ila kama bado hujapata elimu wala maarifa, usife moyo, ukishaanza kufanyia kazi ndoto na malengo yako tenga muda wa kujifunza ili uweze kupata ufahamu zaidi kwa kile unachokifanya. Hapo itakuwa rahisi kufanyia kazi malengo na ndoto zako ulizonayo hata kama zitaonekana hazifai machoni pa watu.

Watu wengi wanaofanikiwa maishani ni wale wanaoweza kufanya vitu vinavyoonekana haviwezekani katika hali ya kawaida au katika mazingira waliyopo. Lakini kitu kikubwa kinachowasaidia ni kujiamini. Ukijiamini unaweza kufanya chochote unachotaka katika dunia hii. Unaweza hata kupata mume unayemtaka, kuishi maisha unayoyapenda na wakati huo huo ukimtukuza mungu kwa ukuu wake.

Mwanamke mwenye maono na matumaini anajiamini katika kutimiza ndoto na malengo yake, kwa sababu ananyenzo muhimu za kutimiza anayotaka nayo ni ufahamu wa mambo, hekima na marifa na anajua Mungu yupo anayempigania.

Hatua ya nne ni kujiendeleza kielemu , kiujuzi na kiuchumi. Mwanamke mwenye maono anaenda na wakati. Anajua kitu gani akifanya kwa wakati huo kina thamani katika maisha yake. Anajua anahitaji ujuzi gani, na elimu gani kufikia malengo yake.

Ili kuweza kufanikisha maono yako unahitaji kujiendeleza

kielemu , kiujuzi na kiuchumi. Hata kama unamaono ya kuwa mchungaji, kama hunaelimu ya kichungaji au uongozi kanisa linaweza kushinda. Kuongoza roho za watu sio kazi rahisi. Yatakiwa elimu na hekima ya Kimungu . Kuna maono au ndoto zingine zinahitaji pesa. Kama hujabadilisha hali yako ya kiuchumi au kwa kutunza pesa ni vigumu kutimiza hiyo ndoto yako.

Hivyo inakupasa ujue vitu gani unahitaji ili kuweza kufanikisha ndoto na malengo yako. Kama ni kujiendeleza kielemu , kiujuzi au kama ni pesa, lazima ujue ni kiasi gani unahitaji na uwe na mpango wa jinsi ya kupata kiasi hicho cha pesa unachohitaji.

Kama unamaono ya kupata kazi nzuri au kupanda daraja kazini, Je utapandaje wakati huna uzoefu , uwezo wala ujuzi? Elimu sio lazima iwe ya darasani, hata ya kijamii,hata kusoma neno la mungu na kulifanyia kazi nayo ni elimu. Elimu na ujuzi wako ni daraja namba moja la kukuvusha pale ulipo na kwenda mahali pengine. Huwezi kuwa mpishi mzuri kama hujajifunza mapishi mbalimbali. Hali kadhalika huwezi kushinda unatizama TV na ukawa mwanafunzi bora au msusi bora mtaani kwako. Kwa hiyo mwanamke mwenye maono ni mwenye elimu, ujuzi na ufahamu wa mambo mbalimbali na yuko tayari kubadilisha hali yake ya kiuchumi.

Ukiwa na elimu na ujuzi wa mambo mbalimbali ni rahisi kubadili kazi , biashara na hata maisha yako pale unapoona mambo hayaendi unavyotaka. Vile vile hata matukio ya unyanyasaji na ukatili wa kijinsia unawaathiri zaidi mabinti na wanawake wasiokuwa na kipato.

Kama wewe ni mama wa nyumbani, jifunze kutengeneza vitu. Tazama ni kitu gani unapenda kufanya na kinakupa furaha na amani. Lakini kwanza usiwaze sana kiasi gani cha fedha utaweza kupata kwa kufanyia kazi hilo wazo lako. Ukitanguliza mawazo ya kuwa tajiri ni rahisi kuahirisha kufanyia kazi malengo, maono na ndoto zako au vitu unavyovipenda. Kama una penda kusuka, anza hapo kwako, weka mkeka au jamvi anza kusuka hata bure watoto , majirani na kadhalika. Kwa njisi unavyoendelea kusuka unaongeza ujuzi. Na ujitahidi kupitia mitandao ya kijamii kama "youtube" huko unaweza kujifunza kila kitu hata kushona nguo, mapishi mbalimbali n.k,. Chochote unachotaka kujifunza utakipata huko.

Mwanamke mwenye maono hapotezi muda wake kwenye TV masaa 24 na kuweka picha mitandaoni kila baada ya masaa kadhaa akisubiri kusifiwa. Labda kama wewe unataka kuwa mwanasanaa, au muimbaji, mtangazaji n.k . Kwa hiyo kwa kweka picha zako huko kunazidi kukupa umaarufu na washabiki. Lakini kuna haja gani kuwa maarufu kwenye mitandao ya kijamii wakati huna akiba wala huna mpango wowote wa kukuletea kipato zaidi? Ni afadhali ukatumia hiyo mtandao ya kijamii kutafuta soko la bidhaa yako na wateja zaidi. Mungu amekuumba ukiwa mrembo na mzuri. Unachohitaji ni kujikwamua kiuchumi kwa kuwa na elimu na ujuzi wa vitu mbalimbali na hivyo vingine vyote vitakuja.

Hatua ya tano ni 'kufanyia kazi mawazo yako' (Uthubutu). Ukisha mkabidhi Mungu malengo yako na maisha yako, ukatafuta ufahamu na hekima, ukaweza kujiamini baada ya kujiongezea ujuzi na elimu kwa kile unachopenda kufanya, hatua inayofuata ni 'uthubutu' wa kufanyia kazi wazo lako. Hapa ndio pagumu kwa watu wengi. Kwa sababu tuna ile tabia ya kushirikisha watu wengine mawazo yetu. Amini nakwambia asilimia kubwa ya utakao waambia watakuvunja moyo kwa sababu hicho unachotaka kufanya hakipo mioyoni mwao na si ndoto zao wala si malengo yao. Wengine ukiwaeleza wanaiga na utajikuta wamesha lifanyia kazi wazo lako. Ni wazo lako na ndio wewe unachotaka kufanya. Njia rahisi ni kuanza mara moja bila kusita.

Kama unafanya kazi au kitu unachokipenda na kinakupa amani na furaha, amini ninakuambia utatamani asubuhi ifike haraka ili ukafanye kazi yako. Kitu cha muhimu ni kuhahakikisha hicho unachokifanya hakikufanyi umkosee Mungu wala kuvunja amri zake.

Sasa nakupa moyo wazo lolote ulilonalo lifanyie kazi sasa. Hakuna ajuaye ya kesho. Hata kama huna mtaji wala fedha, amini kuwa hivyo vitu vitakuja pale ukishaanza kufanyia kazi wazo lako hasa pale unapomkabidhi Mungu wazo lako. Atakufungulia milango na kukuletea watu watakaokusaidia bila wewe mwenyewe kutegemea. Hapa nazidi kusisitiza ,kuwa na mtazamo chanya na kuwa na imani ndio kutakuwezesha kufanikisha malengo yako na ndoto zako.

Vile vile jambo jingine la kukumbuka sala na maombi. Muombe Mungu akuongoze na akuonyeshe kitu gani unataka kufanya katika maisha yako. Muombe mungu ukishaanza kufanyia kazi wazo lako. Watu wengi tunatatizo kubwa la kubweteka na kujisahau pale tunapofanikisha mambo yetu. Ili kuwa mtu wa maono na matumani unahitaji maombi kila siku. Usiache kuomba maana majaribu yatakuja na unaweza kushindwa mara nyingi kufikia malengo yako na ndoto zako. Muombe mungu kila siku, kila saa ukiweza. Maombi ni silaha ya kumshinda shetani.

Kama unashindwa kusali basi kila ukiamka mpe Mungu dakika tano (5) kila siku. Hata kusema asante Mungu nimeamka salama, nina kukabidhi siku yangu ukaiongoze, nayo ni sala. Jaribu kufanya hii sala kuwa sehemu ya maisha yako kila siku. Lakini kabla hujalala shukuru pia. Ni afadhali kusema maneno ya shukrani kwa Mungu kuliko kuacha kusali kabisa. Ukitaka kujua unapaswa kushukuru, hebu fikiria wanaokwenda kazini na kupata ajali. Wengine wanapoteza maisha hapo hapo. Au wanaosafiri na wagonjwa walioko mahospitalini wanaotegemea dawa ili waweze kuishi. Kwahiyo shukuru kila siku kila saa ukiweza. .

Vile vile ili kufanikiwa katika kutimiza ndoto na malengo yako ni muhimu kusamehe na kuachilia mambo. Hii itakufungulia baraka zaidi. Huwezi kufanikiwa kuwa mwanamke wenye maono na matumani kama bado umeshikilia yaliopita na unavisasi, uchungu na hasira juu ya waliokukosea. Hata utakisali maombi yako yatakuwa ni bure. Utajikuta unatumia muda mwingi kuwaza ubaya na machungu watu walioyokusababishia baadala ya kuruhusu mawazo chanya yatakayokuletea faida na amani hapa duniani.

Samehe ili moyo wako uwe safi. Mathayo 6:14-15. Inasisitiza kuhusu msamaha. Sasa unaposali kumbuka msahama ni muhimu. *"Kwa kuwa kama mkiwasamehe watu wengine wanapowakosea, Baba yenu wa mbinguni atawasamehe na ninyi pia. Lakini msipowasamehe watu wengine makosa yao, wala Baba yenu hatawasamehe ninyi makosa yenu"*.

Msamaha ni kuachilia jambo au mambo watu waliokufanyia au ulilofanya wewe mwenyewe kwa kumkosea mungu baada ya kutubu. Unawezaje kuachilia mambo? Jiulize tangu huyo mtu alipokukosea na ukabaki na hasira je umepata amani? Kwa hiyo msamaha kwako wewe na kwa aliyekukosea kunakupa amani. Pili Mungu anakusamehe dhambi zako pia.Waebrania 12:14 inasema 'Tafuteni kwa bidii kuwa na amani na watu wote, na huo utakatifu, ambao hapana mtu atakayemwona Bwana asipokuwa nao'

Ukishikilia yaliyopita hasa maumivu , hata Mungu hataweza kufungulia baraka kwako. Kwa hiyo jifunze kuomba na kusamehe. Jifunze kuombea maono yako na kuwa na imani na muombe Mungu akuonyeshe ni kitu gani unapenda kufanya na kinakupa amani. Ingawa wakati mwingine hatuwezi kuona wala kuwa na furaha kwa sababu moyo umetawaliwa na huzuni na uchungu wa taabu za dunia hii.

Mathayo 7:7 Inasema kuwa *"Ombeni, nanyi mtapewa; tafuteni, nanyi mtaona; bisheni, nanyi mtafunguliwa"*. Tumeshaahidiwa kuwa kama tukiomba kwa imani, Mungu atatupatia mahitaji yetu. Kwa hiyo unapoomba pia mkumbushe Mungu ahadi hii. Na unaweza kuona mwingine anasali masaa 24 , mwingine saa moja na Mungu anamsikia. Tofauti ni imani na jinsi gani moyo wako umetakasika.

Mungu anajua tunataka nini hata kabla hutujaomba na anajua mawazo yetu na nia zetu. Kwa hiyo kuwa mwangalifu na mienendo yako na tafakari imani yako kwa Mungu. Ili ufanikiwe kumbuka kuwa imani na kutakasa moyo wako kwa msamaha kwako na kwa watu wengine. Kama ulifanya makosa au ulimkosea mtu, si wakati wa majuto wala manung'uniko. Kumbuka ukitubu kwa kumaanisha Mungu anakusamehe na kufungua moyo wako. Kwa hiyo Mungu atafungua milango ya baraka na utafanikiwa katika kutimiza ndoto na malengo yako hatimae kufanikisha maono yako.

Hivyo, ili ufanikiwe kufanyia kazi maono, ndoto, malengo yako ni lazima uwe tayari 'kuthubutu'. Usingoje kesho. Na katika kuthubutu usiache kusali na kuomba. Lakini maombi yako yatakuwa bure na hutasonga mbele kama umeshikilia machungu yaliyopita, hasira na visasi. Utapoteza muda kwenye maumivu badala ya kufikiria jinsi ya kufanikisha malengo na ndoto zako.

Kumbuka hatua za kuweza kukufanya uwe mwanamke mwenye maono na matumaini na kuweza kufanikiwa katika maisha ni:-

1. Tambua kuna nguvu ipitayo nguvu zote (Mungu) na uruhusu akuongoze katika malengo na ndoto zako

2. Tafuta maarifa, hekima na ufahamu wa mambo

3. Jiamini

4. Jiendeleze kielemu, kiujuzi na kiuchumi kwa kuangalia fursa zinazokuzunguka

5. Fanyia kazi ndoto na malengo yako na umuombe Mungu azidi kukuongoza.

3

WAJIBU WAKO KAMA MWANAMKE

Ili uweze kuwa mwanamke wenye kufanikiwa maishani ni lazima na ni muhimu kujua wajibu wako. La sivyo utajikuta katika hali ambazo hukuzitegemea na zikakuvurugia ndoto, malengo na mipango yako ya maisha kama mwanamke. Kujua wajibu wako kutakufanya uweze kufanikiwa kwa kiasi kikubwa katika maisha bila kuvunja taratibu ulizojiwekea. Kuna wajibu aina mbalimbali na muhimu kwenye maisha ya binti au mwanamke . Nitaongelea wajibu muhimu kwa binti au mwanamke wa aina yoyote ambazo ni lazima azifahamu na azifanye.

Hebu tujiulize kwanza wajibu ni nini? **Wajibu(The Role) ni vitu ambavyo ni muhimu na lazima kuvifanya.** Au kwa lugha nyingine ni vitu ambavyo hunabudi kuvifanya. Kwa mfano, kila mmoja wetu anawajibu wa kufanya kazi, wakina baba wanawajibu wa kutunza familia zao, wakina mama wanawajibu wa kulea watoto wao na watoto wana wajibu wa kuwaheshimu wazazi wao.Wanafunzi wanawajibu wa kusoma kwa bidii. n.k . Baaada ya kuona mifano ya wajibu mbali mbali, hebu tujifunze juu ya wajibu wa binti au mwanamke yoyote hapa duniani.

Kama mwanamke unatakiwa kujua ni vitu gani unatakiwa kufanya katika hii dunia. Sasa wajibu wako ni nini? Tumesha ona katika sehemu ya kwanza kuhusu

35

madhumuni au makusudi ya wewe kama mwanamke kuwepo hapa duniani. Hapa tutaongelea wajibu wako kama mwanamke. Vitu gani unapaswa kufanya ili kuweza kufanikiwa katika maisha kama mwanamke na kuwa mwanamke jasiri mwenye maono na matumaini wakati wote.

Wajibu wako wa kwanza kama binti au mwanamke ni **'kutambua/kujua mwili wako'.** Mwili wa binadamu unakazi mbalimbali na Mungu aliumba mtu mke na mtu mme ili kututofautisha kutokana na kazi za miili yetu. Kwa hiyo Mungu aliumba wanawake wawe tofauti kimaumbile na wanaume kwa kazi maalumu. Ndio maana hata baadhi ya viungo vyetu hasa vya uzazi vinafanya kazi maalumu na tofauti. Na kuna viungo ambavyo mwanaume anavyo, mwanamke hana. Huko sita penda kuongelea sana yamkini kila mwanamke au binti anafahamu tofauti kati ya mwili wake na mwili wa mwanaume kimaumbile.

Kuna vitu kadhaa vya kuweza kukuongoza ili kuweza kutambua/kujua mwili wako. Hatua ya kwanza katika kuelewa/kutambua mwili wako ni **kujua jinsi mwili wako unavyofanya kazi.** Kama mwanamke mwili wako uliumbwa kumstarehesha mwanaume, kubeba mimba na kuzaa watoto. Huo ndio ukweli ulivyo. Kwahiyo kama mwanamke ni vizuri kujua mabadiliko ya mwili wako ili kuepuka kubeba mimba zisizotarajiwa. Unawajibu wa kujitunza, kujilinda na kujizuia kubeba mimba katika wakati usiofaa.

Kuna njia nyingi za kuweza kujizuia kupata ujauzito. Ukienda vituo vya afya wanafundisha na utaelekezwa jinsi zinavyofanya kazi. Kwa hiyo na utaamua ipi unaiona inafaa kwako. Si kila njia inamfaa kila mmoja wetu kwa sababu miili yetu iko tofauti. Kwa hiyo ni muhimu kujua ipi inafaa kwako na unaifanyia kazi. Kuwaona wataalamu wa afya ya uzazi ni muhimu. Na wazazi msione aibu kuongea na mabinti zenu kuhusu uzazi. Ni vizuri kuwasisistiza wasubiri hadi watakapoolewa kuanza kushiriki tendo la ndoa. Elimu ya uzazi wa mpango ni maalumu na muhimu kwa mabinti na wanawake wote walio katika umri wa kuzaa.

Inasikitisha kuona mwanamke anazaa watoto wengi na kila mtoto na baba yake kwa kuwa hachukui hatua za kujikinga au kujizuia asipate ujauzito , awapo kwenye mahusiano mapya. Au binti anapata mimba katika umri mdogo, kiasi kwamba pamoja na kuhatarisha uhai wake hana budi kukatisha masomo pia. Kuna wengine wanabakwa n.k , lakini hapa ninazungumza na wale wanao amua kuacha miili yao itumike na ichezewe katika muda usiofaa na hatimaye kupata ujauzito, ambapo wengi wao wanaishia kukimbiwa.

Tatizo la kutojali mwili wako sio katika ujuzito tu hata katika kupata magonjwa ya zinaa na siku hizi kuna ugonjwa wa UKIMWI. Njia mojawapo na kubwa ya maambukizi, ni kupitia kushiriki tendo la ndoa na mtu mwenye maambukizi. Hivyo, ni wajibu wako kama binti au mwanamke kujikinga na hayo magonjwa ya zinaa. Tambua huo ni mwili wako na unamaamuzi juu ya mwili wako na sio mtu mwingine akuamulie.

Ni makosa kumtegemea mwanaume ndio awe na maamuzi ya mwisho juu ya mwili wako, kamwe usidanganyike. Ni wajibu wako na haki yako kama binti au mwanamke kutopata ujauzito katika wakati usiofaa, pamoja na magonjwa ya zinaa. Wengine wamekuwa wahanga wa kutoa mimba kwa kuogopa aibu katika jamii. Kumbuka hao watoto hawana kosa, na utoaji mimba ni dhambi ya uuaji. Kama ni binti umeshafanya hivyo huna budi kutubu. Mungu ni mwenye huruma atakusamehe kama ukitubu kwa kumaanisha kuacha hiyo dhambi.

Kwa hiyo ni jukumu lako wewe kama binti na mwanamke kujikinga na hizo mimba na magonjwa ya zinaa kwa kuwa ni mwili wako. **Kumbuka unamiliki mwili wako.** Unawajibu wa kuamua lini ubebe mimba na usibebe. Inasikitisha binti unapomwachia mwanaume akuamulie ubebe mimba wakati unajua hujaolewa, wala huyo mwanaume hana mpango wa kukuoa. Anakudanganya na maneno mazuri na matamu kama asali ili amalize haja za mwili wake kwako. Kamwe usikubali kuwa jalala la mtu , maana thamani yako itaisha na atakuacha akipata mtu mwingine kwa kuwa wewe ni kama jalala kwake. Kwa sababu hauko tayari kubeba mimba katika kipindi hicho na hutakuwa na muda mzuri wa kulea mtoto wako, usikubali kuruhusu hilo jambo litokee.

Mabinti na wanawake wengi wamejikuta wameachiwa jukumu la kulea watoto peke yao. Malezi ya mzazi mmoja sio lelemama, yana changamoto kubwa. Kwahiyo mwanamke au binti unayesoma kitabu hiki leo amua kukataa mimba zisizotarajiwa na magojwa ya zinaa. Na huyo ndio mwanamke mwenye maono na matumaini. Anamiliki na anautambua mwili wake.

Hebu tutazame Biblia inasema nini kuhusu miili yetu. 1 wakoritho 6;19-20. *" Hamjui ya kwamba miili yenu ni Hekalu la Roho Mtakatifu akaaye ndani yenu, ambaye mmepewa na Mungu? Ninyi si mali yenu wenyewe, kwa maana mmenunuliwa kwa gharama. Kwa hiyo mtukuzeni Mungu katika miili yenu na katika roho zenu ambazo ni mali ya Mungu"* Mwili wako ni hekalu la roho mtakatifu. Sasa kwasababu kama mwanamke uliumbwa kumstarehesha mwanaume, sio kila mwanaume anapaswa kustarehe katika mwili wako nakuutumia anavyotaka. Hilo ni jambo la muhimu kulikumbuka.

1Wakoritho 6:7-34. *"Pia kuna tofauti kati ya mwanamke*

aliyeolewa na msichana bikira. Mwanamke asiyeolewa hujishughulisha na mambo ya Bwana ili awe mtakatifu kimwili na kiroho, lakini yule aliyeolewa hujishughulisha na mambo ya dunia, jinsi atakavyoweza kumfurahisha mumewe". Ni vyema kama hujaolewa tumia muda wako wa ziada kanisani au katika kumtumikia Mungu. Kuna faida nyingi ukiamua kumtumikia mungu ukiwa bado hujaolewa

Faida ya kwanza utakayoipata unamtumikia Mungu ukiwa bado hujaolewa ni katika mawazo yako. Mawazo yako yatakuwa yanawaza kazi na utukufu wa Mungu badala ya kuwaza wanaume na zinaa. Hivyo, itakusaidia kuepukana na vishawishi na vile vile utapata baraka kutoka kwa Mungu.

Faida ya Pili, utakuwa unapata muda wa kufikiria maono, malengo na ndoto zako na jinsi utakavyoweza kuzitimiza. Ni rahisi kutimiza malengo yako ukiwa hujaolewa kuliko aliyeolewa kwa sababu, ndoa zina mambo mengi na majukumu ya kimaisha yanaongezeka. Hivyo ikiwa hujaolewa majukumu mengine yanapungua kama ya kulea watoto, mume na kutunza familia. Vile vile unapokuwa umeolewa unapaswa kumtii mumeo. Kwahiyo huduma yako kanisani wakati mwingine inaweza kuwa ngumu kuifanya kutokana na mume utakayempata.

Faida ya tatu ni kuwa, katika kipindi hicho utajifunza jinsi ya kuweza kutambua mabadiliko ya mwili wako yanayotokana na vichocheo ambayo husababisha hisia za upweke na kutamani mwanaume na pia utajua jinsi ya kuidhibiti hali hiyo pindi inapotokea. Hiki ni kipindi kizuri cha kuweza kujua jinsi mwili wako unavyofanya kazi hasa viungo vya uzazi na mabadiliko yanayotokea.

Hivyo wajibu wako kama mwanamke, ni kutambua thamani ya mwili wako na kazi yake. Kwahiyo upe thamani mwili wako. Sio kila mwanaume aushike popote anapotaka, sio kila mwanaume aone asivyotakiwa kuona, na sio kila mwanaume auchezee anavyotaka, isipokuwa mumeo tu.

Zaburi ya 139:14 *"Ninakusifu kwa sababu nimeumbwa kwa namna ya ajabu na ya kutisha; kazi zako ni za ajabu, ninajua hayo kikamilifu".*

Jipe thamani kama mwanamke, furahia kuumbwa mwanamke kwa sababu tumepewa jukumu kubwa duniani nalo ni kuleta wanadamu wapya. Ndio maana hata mwanaume akiwa na watoto kumi kila mtoto na mama yake, dunia haitamshangaa sana. Lakini mwanamke ukishazaa, tayari umeweka alama katika mwili wako na haitafutika kwamwe. Kwa hiyo tambua mwili wako, na uuthamini kwa kuutunza hadi utakapoolewa.

Kuanzia sasa ni wajibu wako kutambua na kuthamini mwili wako, kujilinda na mimba zisizotarajiwa na magonjwa ya zinaa. Kamwe usiruhusu wanaume wauchezee mwili wako wanavyotaka, kwa kuwa mwili wako ni wa thamani.

Wajibu wa pili kama mwanamke ni 'kujipenda'. Hapa tunazungumzia kujipenda kimwili na roho. Mithali 10:11 *"Zaidi ya yote, linda moyo wako, kuliko yote uyalindayo, maana ndiko zitokako chemchemi za uzima".* 1Timotheo 2:9 *"Vivyo hivyo wanawake na wajipambe kwa mavazi ya kujisitiri, pamoja na adabu nzuri, na moyo wa kiasi; si kwa kusuka nywele, wala kwa dhahabu na lulu, wala kwa nguo za thamani"* 1 Petro 3:3 *"Kujipamba kwenu, kusiwe kujipamba kwa nje, yaani, kusuka nywele; na kujitia dhahabu, na kuvalia mavazi".*

Kwa hiyo wajibu wa kwanza katika kujipenda ni kulinda moyo wako. Chunguza unalisha nini moyo wako? Vitu gani vinatoka moyoni wako? Jiepushe kukaa na watu wabaya, maana wataulisha moyo wako ubaya wao. 1Wakoritho 15:33

"Msidanganyike! Urafiki mbaya huharibu tabia njema" .

Kaa mbali na watu wanaoweza kukupotosha. Je utawezaje kuwatambua na kuwaepuka? Kama nilivyosema mwanzo, tafuta hekima. Hekima na maarifa vitakusaidaia kupata ufahamu wa mambo na itakuwa rahisi kwako kujua mapema kuwa, hapo ulipo au hao wanaokuzunguka sio watu wema. Angalia usiwahukumu bali jitenge nao. Mathayo 7:1-2 *"Msiwahukumu wengine, msije nanyi mkahukumiwa na Mungu; kwa maana jinsi mnavyowahukumu wengine, ndivyo nanyi mtakavyohukumiwa; na kipimo kilekile mnachotumia kwa wengine ndicho Mungu atakachotumia kwenu".*

Watu wabaya ni pamoja na wale wanaokuvunja moyo, wanaokuwa na mawazo hasi wakati wote. Bibilia inasisitiza kuwa na mawazo mazuri wakati wote. Wafilipi 4:8 *"Hatimaye, ndugu zangu, mambo yo yote yaliyo ya kweli, yo yote yaliyo ya staha, yo yote yaliyo ya haki, yo yote yaliyo safi, yo yote yenye kupendeza yo yote yenye sifa njema; ukiwapo wema wo wote, ikiwapo sifa nzuri yo yote, yatafakarini hayo".* Hivyo, ni vizuri kuwa na mawazo safi na mtazamo chanya siku zote , kwa sababu unachokiwaza ndicho hutokea katika maisha yako. Hivyo ukikaa mbali na watu wenye mtazamo hasi siku zote, utabadili mawazo na maisha yako kwa kuwa na mtazamo chanya.

Hebu fikiria lazima utakuwa na rafiki au mtu yule ambaye hajawahi kukusifia hata siku moja. Yeye kila anachokiona kwako ni kibaya. Na cha kusikitisha hakuonyeshi njia nyingine au kukusaidia kutoka hapo ulipo, yeye ni mtu wa kukuvunja moyo tu kila siku . Hatimaye nawe kweli unaamini kile anachosema juu yako na unajiona huwezi kila kitu au hufai. Watu kama hao ni wa kukaa mbali nao, maana watakujaza uoga na utakosa matumaini kwa kile unachotaka kukifanya.

Mfano mzuri katika hili ni mimi mwenyewe. Hii ya kuchambua marafiki wazuri na wabaya imenisaidia sana kufika hapa nilipo. Wakati nasoma, nilikuwa nachagua marafiki wazuri ambao najua tutasaidiana kielimu na wananizidi uwezo darasani. Jinsi nilivyokuwa naendelea kukua nimeendelea kuwa karibu na watu ambao wanamtazamo chanya katika maisha. Imenisaidia sana kubadili mtazamo wangu kimaisha na kufanikiwa baadhi ya vitu. Kwa hiyo jitahidi kuwa na watu au marafiki wazuri katika maisha yako. Hii itakusaidia sana katika safari yako ya kufanikiwa katika maisha, maana hazina kubwa ya binadamu ni watu. Hasa wakiwa watu wazuri, unauhakika wa kusonga mbele na kufanikiwa kwa asilimia kubwa.

Hivyo, wajibu wako kama mwanamke ni **kutambua moyo wako ni wa thamani na kuulinda kutokana na mambo mabaya.** Mithali 22:24 *"Usifanye urafiki na mtu mwenye hasira ya haraka, usishirikiane na yule aliye mwepesi kukasirika, la sivyo utajifunza njia zake na kujiingiza mwenyewe kwenye mtego".* Bibilia inazidi kutuasa kuhusu marafiki wabaya msitari wa '20 Yeye atembeaye na mwenye hekima atapata hekima, bali rafiki wa mpumbavu hupata madhara'. Neno la Mungu linaendelea Mithali 24:1-2 *"Usiwaonee wivu watu waovu, usitamani ushirika nao; kwa maana mioyo yao hupanga mambo ya jeuri, nayo midomo yao husema juu ya kuleta taabu".* Hiyo ni mifano katika Biblia inayotuasa kuhusu kuwa na ukaribu na marafiki wabaya na kuilinda mioyo yetu.

Marafiki pia wanaweza kukuharibia au kukusaidia kutimiza ndoto na maono yako. Mtu mmoja aliwahi kusema

"Nionyeshe rafiki zako, nitakuonyesha maisha yako ya baadae" (Chaplain Ronnie Melancon).

Jitafakari hapo ulipo na utafakari watu wanaokuzunguka

kila siku ni watu wa aina gani. Kamwe usikubali urafiki mbaya ukuharibie maisha kama mtu mpumbavu asiyejua thamani ya maisha tuliyonayo hapa duniani. Kumbuka tunaishi hapa duniani mara moja tu. Ukipoteza bahati hii kwa kuishi vibaya bila kufikiri na kwa hekima, utakuwa umeishi kwa hasara.

Wahenga walisema kuwa 'kimtokacho mtu mdomoni ndio kilichoko moyoni'. Luka 6:45 *"Vivyo kwenye hazina ya moyo wake, naye mtu mwovu hutoa mambo mabaya kutoka kwenye hazina ya moyo wake. Kwa kuwa mtu hunena kwa kinywa chake yale yaliyoujaza moyo wake"*. Vile vile tunaambiwa kimtokacho moyoni mtu ndio kimtiacho unajisi. Marko 7: 20-23 *"Akaendelea kusema, "Kile kimtokacho mtu ndicho kimtiacho unajisi; Kwa maana kutoka ndani ya moyo wa mtu hutoka: Mawazo mabaya, uasherati, wizi, uuaji, uzinzi, tamaa mbaya, uovu, udanganyifu, ufisadi, wivu, matukano, kiburi na upumbavu; Maovu haya yote hutoka ndani ya mtu nayo ndiyo yamtiayo mtu unajisi."* Wagalatia 5:16-18 *"Kwa hiyo nasema, enendeni kwa Roho, wala hamtazitimiza kamwe tamaa za mwili; Kwa maana mwili hutamani yale yaliyo kinyume na Roho, nayo Roho hutamani yale yaliyo kinyume na mwili. Roho na mwili hupingana na kwa sababu hiyo hamwezi kufanya mnayotaka; Lakini kama mkiongozwa na Roho, hamko chini ya sheria"*. Hiyo ilikuwa ni mifano kutoka katika Biblia. Hivyo unawajibu wa kujipenda na kulinda moyo wako kuliko vyote ulivindavyo.

Math 12:35 *"Mtu mwema katika akiba njema hutoa mema; na mtu mbaya katika akiba mbaya hutoaa mabaya"*.

Wajibu wa pili katika kujipenda ni kupenda mwili wako. Penda mwili wako kwa kula vyakula vizuri vya kujenga mwili na kwa kufanya mazoezi. Linda mwili wako na dhambi na vitu vitakavyokufanya umkosee Mungu. Kwasababu kila ukifanyacho juu ya mwili wako unajifanyia mwenyewe.

Wagalatia 5:19-21 " *Basi matendo ya mwili ni dhahiri nayo ni haya: Uasherati, uchafu, ufisadi; kuabudu sanamu, uchawi, uadui, ugomvi, wivu, hasira, fitina, faraka, uzushi, ; husuda, ulevi, ulafi na mambo mengine yanayofanana na hayo. Nawaonya, kama nilivyokwisha kuwaonya kabla, kwamba watu watendao mambo kama hayo, hawatauzithi Ufalme wa Mungu*".

Yoyote afanyaye ukahaba hakika haupendi mwili wake kwa sababu anatenda hiyo dhambi juu ya mwili wake . Biblia inazidi kusisitiza kuhusu dhambi katika Mithali 6:16-19 "*Kuna vitu sita anavyovichukia Bwana; Naam, viko saba vilivyo chukizo kwake.Macho ya kiburi, ulimi wa uongo, Na mikono imwagayo damu isiyo na hatia;Moyo uwazao mawazo mabaya; Miguu iliyo myepesi kukimbilia maovu;Shahidi wa uongo asemaye uongo; Naye apandaye mbegu za fitina kati ya ndugu.*" Kwa hiyo unapofanya vitu hivyo , fahamu kuwa unamchukiza Mungu na Mungu anaweza kuweka hasira juu yako ukakosa baraka katika maisha yako.

Wewe kama mwanamke , tambua unawajibu wa kuwa mfano kwa watoto wako na jamii kwa ujumla.   Tito 2:3-5. 3 "*Vivyo hivyo wafundishe wanawake wazee kuwa na mwenendo wa unyenyekevu unaostahili utakatifu, wala wasiwe wasingiziaji au walevi, bali wafundishe yale yaliyo mema,; ili waweze kuwafundisha wanawake vijana kuwa na kiasi, wawapende waume zao na kuwapenda watoto wao, ; wawe waaminifu, watakatifu, wakitunza vyema nyumba zao, wema, watiifu kwa waume zao, ili mtu ye yote asije akalikufuru neno la Mungu*".

Tambua kuwa wewe umzuri na mrembo. Ukijipenda, utajiheshimu   na   kujipa   thamani.   Vivyo   hivyo   na waliokuzunguka watakuheshimu pia. Kwa hiyo kama mwanamke, **Jipende, jithamini na usiruhusu kamwe roho na mwili wako kuharibika,** kwa sababu mwili na roho vikiharibika na kukosa thamani, ni wewe mwenyewe utakuwa umeharibika.

Wajibu wa tatu kwa mwanamke ni 'Kufanya kazi kwa bidii'. Ni wajibu wa kila mmoja wetu **kufanya kazi kwa bidii**. Ukifanya kazi kwa bidii utaheshimiwa na watu wote na jamii kwa ujumla. Kwa miaka mingi wanawake wamekuwa wakidharauliwa kwa kuonekana hawana uwezo katika uongozi n.k. Lakini siku hizi mambo yamebadilika. Kama mwanamke ukiwa mchapa kazi, ni rahisi mchango wako kuonekana na utatambulika na kupewa heshima na hadhi unayostahili kwenye jamii yako.

Tuna mifano mingi ya wanawake waliothubutu hata kugombea kuongoza katika nafasi za juu kabisa katika nchi zao.kwa mfano Hilary Clinton na wengineo. Lakini wote hao juhudi na bidii katika kazi zilimewafikisha hapo walipo. Kwahiyo kufanya kazi kwa bidii ni muhimu ili uweze kufanikiwa katika kazi yako na hata katika biashara yako. Mwanamke mwenye maono na matumaini ni lazima afanye kazi kwa bidii ili aweze kufanikiwa.

Hebu tujiulize, utawezaje kuwa mwanamke mwenye kufanikiwa ikiwa muda mwingi unautumia kwenye mambo yasiyoleta faida katika maisha yako na jamii kwa ujumla? Mfano, kushinda kwenye mitandao ya kijamii , kuangalia luninga na kusengenya? Hakika maisha yako na siku zako hapa duniani utakuwa umezipoteza bure. Fanya kazi kwa bidii, hakikisha siku isipite bila kufanya kitu chenye faida kwako na jamii yako. Mithali ya 31.13, 15-16 inaelzea sifa za mwanamke bora , *"Hutafuta sufu na kitani; Hufanya kazi yake ya mikono kwa moyo;Tena huamka, kabla haujaisha usiku; Huwapa watu wa nyumbani mwake chakula; Na wajakazi wake sehemu zao;Huangalia shamba, akalinunua; Kwa mapato ya mikono yake hupanda mizabibu"*.

Kwa hiyo manamke bora sio mwanamke mvivu.

Anafuatilia mapato na faida ya kazi yake. Mithali 31: 17-18 inaendelea, *"Hujifunga nguvu viunoni kama mshipi; Hutia mikono yake nguvu; Huona kama bidhaa yake ina faida;Taa yake haizimiki usiku"*. Kuna watu wamejiajiri na wameajiri watu wengine. lakini hata kufuatilia biashara na mapato yao wenyewe ni tatizo kwao. Hivyo biashara hufa kifo cha polepole maana hakuna faida wanayoipata.

Kufanya kazi kwa bidii pia huongeza kipato. Na kama mwanamke mwenye maono na mtumaini, jambo la muhimu ni kuhakikisha umejiimarisha vizuri kiuchumi. Hii itakusaidia katika kujiamini na kukamilisha malengo yako.

Kuna kazi za aina nyingi unaweza kufanya. Mabinti na wanawake wengi siku hizi hawawezi hata kushona kifungo, wala kushona masweta. Mwanamke bora na hodari, Mithali 31: 19 inasema *"Hutia mikono yake katika kusokota; Na mikono yake huishika pia"*. Sio lazima uende ofisini ndio uone unafanya kazi. Unaweza kutumia ujuzi ulionao ukiwa nyumbani kukuongezea kipato. Nimeshasema kuhusu faida za kujiongezea ujuzi katika kurasa zilizopita.

Tuangalie Bibilia inasema nini kuhusu kufanya kazi. 2 wathesalonike 3: 6-10 *"Ndugu wapendwa, katika jina la Bwana Yesu Kristo, tuna waagiza mjitenge na kila ndugu ambaye ni mvivu na ambaye haishi kufuatana na maagizotuliyowapeni;Maana ninyi wenyewe mnafahamu jinsi mnavyopaswa kuiga mfano wetu.Sisi hatukuwa wavivu tulipokuwa nanyi ; wala hatukula chakula cha mtu ye yote pasipo kulipa. Bali tulifanya kazi kwa juhudi usiku na mchana ili tusimlemee mtu ye yote kati yenu ; Hatukufanya hivi kwa sababu hatukuwa na haki ya kupata msaada wenu, bali tulitaka tuwape mfano wa kuiga; Maana tulipokuwa pamoja nanyi tuliwapa amri hii: "Ikiwa mtu hatafanya kazi, basi asile."* Hata Mitume wa Yesu walifanya kazi kwa bidii na tunaambiwa tujitenge na wavivu. Kwa hiyo ni wajibu wako kama mwanamke kuhakikisha unafanya kazi kwa bidii ili uweze kufanikiwa katika maisha yako.

Ili kuweza kuwa mfanyakazi hodari, jenga mazoea ya kuamka mapema siku zote. Kabla jua halijatoka uwe umeshaamka. Jambo la kwanza, hii itakupa nguvu ya kuanza siku vizuri, utapata muda wa kusali, na kupanga siku yako vizuri. Kama umeolewa na unawatoto, utapata muda wa kuwatazama na kujua wameamkaje siku hiyo. Utaweza na kupata muda wa kuandaa kifungua kinywa kwa mumeo na kwa watu wa familia yako.

Kwa hiyo kama wewe ni mvivu uache. Hutaweza kufanikiwa katika maisha na hatimaye kushindwa kuishi kutokana na maono yako. Mafanikio yote huja kwa kufanya kazi kwa bidii. Ukitaka kuthibitisha hilo,fuatilia hadithi za waliofanikiwa na safari zao za mafanikio.

Wajibu wa nne ni **'kutunza na kulea familia'**. Hili jambo kama mwanamke na binti haliepukiki. Ni wajibu wako kutunza watu wa familia yako hasa mume na watoto na kuwalea vyema kwa kuwahudumia pia.

Kuna watu wengine wanashinda makanisani au kwenye nyumba za ibada kwa kisingizio cha kusali na kuomba, badala ya kwenda kufanya kazi ya kumuingizia kipato au kuangalia familia yake. Yesu alisema ya Kaisari mpe Kaisari na ya Mungu mpe Mungu. Marko 12:17 Basi, Yesu akawaambia, *"Mpeni Kaisari yaliyo yake Kaisari na Mungu yaliyo yake Mungu"*. Kuna wakati wa kutii sheria za dunia hii na kuna wakati wa kumtii Mungu na kufanya yalio ya Mungu. Lakini sio kushinda unahubiri neno la Mungu huku watoto wanakosa huduma muhimu nyumbani. Kama mwanamke unakuwa umemkosea Mungu na wala hutapata thawabu kwa sababu, wajibu wako wa kwanza katika familia ni kuitunza na kulea watoto. Ukivuruga msingi wa familia yako na malezi ya watoto wako, umevuruga kizazi karibu chote. Ukiwa umeolewa jukumu lako la kwanza ni kutunza familia.Ukiwa hujaolewa basi anza kujifunza kujali watu wa nyumbani mwako.

Vivyo hivyo, ni jukumu lako kama mwanamke kumtunza mumeo pindi utakapoolewa kwa kuhakikisha amekula chakula kizuri, umempa haki yake ya ndoa, unamuheshimu na kuhakikika anaishi na kulala katika mazingira yaliyo safi.

Mfano kwangu mimi,mama yangu alinifundisha ni lazima kila siku kuhakikisha mume wangu amekula chakula nilichokiandaa mwenyewe. Na ninafanya hivyo kila siku hata kama ninaona tabu na nimechoka kwasababu nilishaamua kuwa huo ni wajibu wangu. Najua kuna watu watatoa visingizio vya uchovu wa kazi n.k. wengine watasema kwani mie mjakazi wake? Ni rahisi kama ukiamua hata kama uko na kazi nyingi na uchovu kiasi gani. Kumbuka uko pale kwa ajiri ya ukamilifu na huduma. Hivyo ni wajibu wako kupangilia ratiba zako na mambo yako vizuri ili umfurahishe mumeo katika kila idara , kiroho na kimwili.

Vile vile ni jukumu lako pia kumuombea mumeo ili aepukane na mabaya ya dunia hii na kufanikiwa katika maisha. Pia ni jukumu lako kumfariji pindi anapokuwa katika wakati mgumu. Kwa hiyo kama binti na mwanamke unayetarajia kuwa na familia tambua huo ni wajibu wako hasa kumlea mumeo na watoto mtakao wapata.

Pia ni muhimu kama binti na mama kujilinda kwa kuepuka kuishi maeneo hatarishi. Sio kujilinda wewe tu hata watu wa nyumbani mwako na familia yako. Kama manamke unapaswa kukemea maovu na sio kuyachochea. Usiwe chanzo cha kufanya watoto wa wengine kuharibikiwa kwa kuwakuwadia.Utalinda familia yako kwa kuwaombea waepukane na mitego ya shetani. Utajilinda wewe mwenyewe kwa kukaa mbali na vishawishi, hata kukaa maeneo hatarishi ambapo lolote laweza kutokea.

Kwa hiyo Kama mwanamke tambua wajibu wako ni:-

1. **Kutambua mwili wako,** kazi zake na uuthamini. Mwili wa mwanamke una kazi kuu tatu . Kumstarehesha mumewe, kubeba mimba na kuzaa watoto. Kwa hiyo ni vyema kuulinda mwili wako usichezewe na wanaume wengine na kuepukana na magonjwa na mimba usizozitarajia hatimaye kuvuruga malengo na ndoto zako katika maisha yako. .

2. **Kujipenda.** Hakika usipojipenda nafsi yako na mwili wako hakuna atakayekupenda pia. Utakuwa mzigo kwa marafiki , ndugu na jamii. Mtu anayejipenda analinda moyo wake na vitu vibaya pamoja na marafiki wabaya , lakini anaupendo kwa kila mtu. Hafanyi maovu juu ya mwili wake na anajitenga na uovu. Anauthamini mwili wake kwa kula vizuri na kufanya mazoezi pia.

3. **Kufanya kazi kwa bidii .** Jaribu kutumikisha mwili na akili zako. Unapofanya kazi unatoa mchango wako kwa familia na jamii yako kwa ujumla. Wasiofanya kazi ni hasara kwa jamii na taifa kwa ujumla. Fanya kazi kwa bidii na utafanikiwa katika maisha yako.

4. **Kutunza na kulea watoto na familia.** ni jukumu lako kumlea mumeo na watoto wako pindi utakapoolewa. kwamwe usilee mwanaume asiye mume wako. Kutunza familia kwa kuhakikisha wamekula chakula kizuri, maradhi yako safi na kumpa mumeo heshima na haki yake ya ndoa. Linda nafsi yako na mwili

wako na familia yako ili kuepukana na mabaya na hatari za dunia hii kwa kuomba, kutumia ulimi wako vizuri na kuepukana na vishawishi na kwa kuishi maeno hatarishi.

4

JE HAKI ZAKO NI ZIPI KAMA MWANAMKE?

Je haki ni nini? Na ni kwanini ni lazima na muhimu ufahamu haki zako kama mwanamke? . Neno haki lina maana nyingi sana, kila mtu au kikundi cha watu wanaweza kuielezea haki katika mazingira tofauti. Kwa kifupi , **Haki ni stahiki ambayo mtu anastahihili kuipata.**

Jambo la kwanza, ni muhimu kuzifahamu haki zako kama mwanamke kwa sababu wanawake tumekuwa tukionekana kama ni viumbe dhaifu, hivyo ilipelekea kuonewa na kudharauliwa na jamii kwa ujumla. Vile vile kuzifahamu haki zako itakusaidia kujua pale unapotendewa vibaya mahali popote utakapokuwa. Kwa hiyo ni muhimu kila binti au mwanamke afahamu haki zake za msingi ili aweze kujisimamia na kuishi kwa amani na furaha wakati wote na mahali popote.

Mwanamke mwenye maono na matumaini anatambua haki zake za msingi. Kuna haki nyingi ambazo wanaharakati wa haki za binadamu na wanawake wamezioroodhesha. Lakini hapa nitazungumzia zile haki chache za msingi ambazo kila mwanamke lazima azitambue ili aweze kuishi vizuri na kwa amani.

Jambo la pili , kujua haki zako kama mwanamke kutakuongezea ujasiri na kujiamini katika kufanya na

51

kutimiza malengo na ndoto zako hapa duniani. Kama mwanamke utakuwa na ujasiri shuleni, kazini, nyumbani na hata kwenye jamii. Usipojua haki zako utaona kama kila kitu au baadhi ya vitu hustahili kuvipata au kuwa navyo kwasababu wewe ni mwanamke. Usipojua haki zako pia ni rahisi kuonewa, kudhulumiwa na hata kunyanyaswa. Vile vile inakuwa ni rahisi kwako kukubali kuonewa au kufanyiwa vitendo ambavyo sio sahii.

Bado kuna baadhi ya jamii na tamaduni hasa za kiafrika au dini mbalimbali zinajua na zinatambua mwanamke ni kiumbe dhaifu na kuna baadhi ya vitu hastahili kuwa navyo au kupewa. Wanasema sehemu ya mwanamke ni jikoni. Katika jamii au dini kama hizo, mwanaume amepewa nguvu kubwa katika kumtawala mwanamke, na sio kwenye ngazi ya familia tu bali hata kwenye jamii nzima.

Ni kawaida kwenye jamii kama hizo, kuona binti akizuiliwa kwenda shule kwa minajiri ya kuolewa. Wengine wamenyima uhuru wa mawazo hasa katika ngazi ya familia. Mwanamke hawezi kuzungumza chochote au kuwa na maamuzi katika familia au jamii yake. Wengine wamenyimwa vyeo, n.k. Na wanawake wengine wamekuwa wakilazimishwa na kufanyishwa kazi za ukahaba kwasababu hawana maamuzi juu ya miili yao.

Lakini sasa tunafanyaje ili kuzuia hali hii? Ndio inakuja umuhimu wa kujua haki zako kama mwanamke. Na ili uweze kufanikiwa katika maisha ni lazima kuishi sehemu ambayo uko huru na haki za msingi zinafuatwa. Mfano, huwezi kumiliki biashara sehemu ambayo wanawake hawaruhusiwi kufanya biashara. Au huwezi kujiendeleza kielimu kwenye nchi au sehemu ambayo elimu kwa mwanamke sio muhimu. Nchi au sehemu kama hizo, mwanamke ni mali ya mume na amezaliwa ili kutunza mume na kuzaa watoto tu. Ingawa kuna ukweli ndani yake kutokana na miili yetu , lakini basi ni kwanini Mungu aliweka vipawa mbalimbali ndani yetu? Akatupa uwezo sawa kiakili kama za wanaume, pengine hata kuwazidi. Maana kwa mfano hapa kwetu Tanzania shule za watoto wa kike ndio zinaongoza kwa kufanya vizuri kwenye mitihani mbalimbali ya kitaifa. Kwa hiyo wanawake ni zaidi ya kulea mume na watoto. Tunaweza kutoa mchango mkubwa katika familia na jamii kwa ujumla. Kutokana na hayo ndio maana tunasisitiza ni muhimu mwanamke kujua haki zako za msingi ili usionewe wala kudhulumiwa.

Lakini ni lazima tukubali pia, kuna majukumu na mazingira mengine kwa mwanamke inakuwa vigumu kufanya kazi za aina fulani isipokuwa ukubali kuacha vitu vingine vya msingi kama kuwa na watoto n.k. Kwa mfano, hata kwenye Biblia Yesu hakuwa na mtume mwanamke. Nadhani ilitokana na majukumu tuliyonayo kama wanawake. Kwa hiyo hapo tuelewe yamkini kuna vitu vingine hatutaweza kuwa sawa na wanaume.

Jambo jingine ni kuwa wanawake tunaongozwa na hisia kwa kiwango kikubwa ambapo mara nyingi zinaweza kunaharibu uwezo wetu wa kufikiri na kufanya maamuzi. Lakini hii inatokana na mabadiliko ya vichocheo katika miili yetu ambavyo hutokana na mzunguko wa hedhi. Lakini kuna vitabu na elimu mbalimbali unaweza kuipata ya kuweza kukusaidia kudhibiti mkanganyiko wa hisia unaotokana na mabadiliko ya mwili.

Ili kuwa kiongozi mzuri inatakiwa uwe mwanamke jasiri na unayeweza kudhibiti na kuzuia hisia zako. Sasa hebu tufikirie kama Yesu angekuwa na mitume wanawake, itokee ni wajawazito, au wanalea watoto. Hapo Yesu asingekuwa na watu wa kuzunguka naye. Kwa hiyo hapo mtaona kuna vitu vingine inabidi tuwaachie wanaume, tukubaliane na hali halisi.

Tunaambiwa Yesu alitembea wakati mwingine usiku na mchana kusaka kondoo wake. Hapo nadhani tunaona sasa kama angekuwepo mtume mwanamke ingekuwa ni vigumu kufanya hiyo kazi kutokana na jinsi Mungu alivyotuumba. Na ni dhahiri Yesu aliona kuna ugumu kwa mwanamke katika kuifanya hiyo kazi.

Lakini Yesu pia alikuwa mtetezi wa wanawake wanawake pale walipoonewa na kudhulumiwa haki zao. Mfano , Yohana 8:7 *"Nao walipozidi kumhoji, alijiinua, akawaambia, Yeye asiye na dhambi miongoni mwenu na awe wa kwanza wa kumtupia jiwe"*. Hii hali huwa inajitokeza mara nyingi hata kwenye jamii zetu. Ni kawaida kusikia mwanamke akiitwa majina mengi, kama kahaba, malaya n.k kwa sababu ya kuwa na mahusiano ya kimapenzi na wanaume wengi. Lakini hata kwenye Biblia tunaona mfalme Daudi alikuwa na wake na mahawara wengi. 2 Samweli 15:16; 16:22; 20:3. Lakini hakuna hata mtu mmoja aliyemwita jina baya. Hata katika jamii zetu wanaume wanaongoza kwa kuwa sio waaminifu katika mahusiano ya kimapenzi. Huo ndio ukweli, kiasi kwamba wanawake nao wameanza kuona kuwa ni kitu cha kawaida kuwa na mume au mpenzi ambaye sio muaminifu. Leo hii ukimuuliza kijana au mwanaume yoyote idadi ya wanawake aliowahi kushiriki nao tendo la ndoa , hakika nakwambia utastaajabu, maana wengine idadi inaweza kufika hata wanawake mia moja(100). Lakini sio wote watakaokuwa tayari kukueleza ukweli.

Jambo kama hilo wanaume wanalichukulia ni sawa kwao lakini sio kwa mwanamke. Ndio maana Yesu aliwauliza je kuna mmoja wenu asiyekuwa na dhambi? Kama yupo amtupie jiwe yule mwanamke kahaba. Tunaambiwa umati wote ulioondoka hakuna hata aliyethubutu kumrushia jiwe. Haya yote nimeyasema kuonyesha tofauti ilipo kati ya mwanaume na mwanamke. Kuna vitu bado jamii inaona si haki kwa mwanamke kuvifanya bali ni sawa kwa mwanaume.

Kwa hiyo kama binadamu na mwanamke tunaye mtetezi wa haki zetu wa kwanza ambaye ni Mungu.Mungu atatutetea pale tutakapodhulumiwa haki zetu na anaweza kutulipa mara dufu kama ukiamini. Mungu anaona na anajua yote unayoyapitia. Anachokitaka kwako ni ujasiri na uwezo wa kusimama na kusema jambo hili hapana. Lakini huwezi kupata ujasiri kama hata hujui unadhulumiwa haki zako. Ndio maana yatupasa kujua na kuzitambua haki zetu kama wanawake.

Haki yako ya kwanza kama mwanamke **'haki ya kuishi'. Sio kuishi tu bali kuishi kwa furaha na amani na kwa uhuru.** Tambua ni haki yako ya msingi kuishi hapa duniani kwa furaha na amani na kwa uhuru. Kwa hiyo usikubali watu au vitu au mtu yeyote akufanye uishi kwa mateso na karaha hapa duniani. Kumbuka tunaishi mara moja tu na ndio nafasi Mungu aliyotupa hapa duniani. Kwahiyo kila siku chagua kuishi kwa furaha. Ukiamka asubuhi mshukuru Mungu na utabasamu, cheka hata kama huna kicheko, huku ukitafakari ukuu wa Mungu na baraka alizokutendea hadi wakati huo. Hakika siku yako itakuwa yenye furaha.

Kama mwanamke unahaki ya kuishi kwa uhuru na kutawala pamoja na kufurahia vitu vyote vilivyomo katika hii dunia. Mungu alipowaumba Adamu na Eva, akawaeleza enendeni mkaijaze nchi. Mwanzo 1:28 *"Mungu akawabariki na kuwaambia, "Zaeni muongezeke, mkaijaze nchi na kuimiliki; muwatawale samaki wa baharini, ndege wa angani, na kila kiumbe hai kitembeacho duniani.".* Mungu hakusema nenda ukaijaze nchi kama kumweleza Adamu peke yake. Alitumia neno **'enendeni'** kama wingi. Kwa hiyo na sisi kama wanawake tutambue kuwa mungu ametupa uwezo wa kutawala kila kitu kilichopo hapa duniani. Kwa hiyo tunayo haki ya kuishi kwa furaha na amani kama ilivyo kwa wanaume pia.

Kama mwanamke kamwe usikubali kuishi kwa hasara sababu ya manyanyaso, kudhalilishwa na kutukanwa na hata kudharauliwa kwa kuwa umwanamke. Una haki ya kuishi kwa uhuru, kufanya vile vitu vinavyokupa furaha ambavyo havimkosei Mungu. Tambua kuwa kama unapenda kuchora, unahaki ya kuchora, kama unapenda kuimba , unahaki ya kuimba, kama unapenda kusafiri na kadhalika.

Lakini kumbuka, ni wajibu wako kujipa furaha sababu ukitegemea furaha itoke kwa wanadamu utakuwa mtu mwenye huzuni na majonzi wakati wote. Wanadamu watakufanyia mabaya na kukuvunja moyo. Pia tambua kama mwanamke kamwe hutapata furaha kutoka kwa mwanaume. **Furaha inatoka ndani ya moyo wako na furaha ya kweli inatoka kwa Mungu kama ukimruhusu aongoze maisha yako.** Kwa hiyo ni jukumu lako kuishi kwa furaha na kujipa furaha wakati wote.

Kama huna furaha kumbuka utakuwa mzigo hata kwa familia na watu wanaozunguka bila wewe kujijua. Mtasema maisha magumu na yanachangamoto lakini kama unasoma kitabu hiki inamaana uko hai hivyo unapaswa kufurahia maisha. Lakini pamoja na kuwa na maisha magumu, kuna vitu ambavyo bado unavyo ni baraka kutoka kwa Mungu.

Sasa utawezaje kujipa furaha hata katika kipindi kigumu katika maisha yako?

Ili kuweza kufurahia maisha hapa duniani, **jambo la kwanza ni kuwa mtu wa shukrani**. Kama ungali hai hata kama umgonjwa kitandani, kama bado unapumua ni jambo la kumshukuru Mungu na ni sababu tosha ya kuwa na furaha. Hata kama umeamka hujui utakula nini na wanao na familia yako mshukuru Mungu kwa kuwa ungali hai. Kwa hiyo kupewa zawadi ya kipekee ya kuwa hai, unapaswa kushukuru na kutoa sadaka pale inapobidi.

Jambo la pili ni **kurizika na vitu ulivyonavyo** . Tazama vitu vinavyokuzunguka na vitu gani unavyo wengine hawana. Mfano ndugu, familia, mume, watoto, kazi, kipato kizuri, na mali n.k. Unaweza kuwa unalalamika huna mtoto lakini unamume mzuri anayekupenda. Unaweza kuwa unalalamika huna pesa, lakini unafamilia yenye upendo na amani. Kwa hiyo **acha kufikiria vitu usivyokuwa navyo na anza kufikiria vitu ulivyo navyo**. Ukifikiria vitu ulivyonavyo hakika utakuwa ni mwenye furaha na amani wakati wote. Kama umeolewa na unadhani mumeo ni mzigo kwako, hesabu mazuri yake na hakika utakuwa na amani na furaha. Hata kama unawazazi unawaona ni mzigo kwako, tambua bila wao wewe usingezaliwa hapa duniani Kwahiyo jifunze kuridhika na vitu ulivyonavyo. Hii itakupa furaha na amani siku zote.

Jambo la tatu ili kuweza kuwa na furaha maishani , **kaa mbali na watu wanaokuvunja moyo na wanaopenda kulalamika kila siku** au kwa kila kitu. Hao ni watu wenye mtazamo hasi siku zote. Ndio watu wanaojawa na wivu na ndio maana hapa Afrika kama watu wangeacha kutumia uchawi na nguvu za giza kwenye kutafuta maendeleo au kurudishana nyuma kimaendeleo tungekuwa mbali sana. Watu kama hao hawafikirii maisha yao na jinsi ya kujikwamua zaidi ya kulalamika. Bali hufikiria na kuringanisha maisha yao na watu wengine kila siku. **Ni watu wasiokuwa na maono wala matumaini.** Wenyewe kila siku kwao ni shida kiasi kwamba hawaoni baraka walizonazo kwenye maisha yao. Kuishi nao na kuwasikiliza watu kama hao kila siku kutakupa mawazo pia na utaanza kuona kasoro kwenye maisha yako. Hao watu ni hatari sana na kamwe usiwe karibu nao.

Jambo la nne ili uweze kuwa na furaha ni **kujipongeza, kujikubali au kujisifia.** Jisifie na ujipongeze kwa mazuri uliyoyafanya. Usisubiri mtu akupongeze au akusifie. Kama nilivyosema ukiishi kwa kutegemea watu wakubali au kukiri kazi au jambo zuri ulilofanya utavunjika moyo na kuwa mwenye huzuni siku zote. Ukiona umefanya jambo zuri, jiambie kweli nimefanya vyema.

Mungu alipokuwa anaiumba dunia alikua anajisifia akishamaliza kazi ya uumbaji Mwanzo 1:14. Jisemee mazuri juu yako hakika utakuwa mwenye furaha siku zote. Sema mazuri kwa watoto wako hata kama unaona hawafanyi vizuri katika mitihani. Hiyo itakufanya uwakubali jinsi walivyo na uwe na furaha. Watu waliofanikiwa katika maisha si kwamba walikuwa ni watu wenye akili sana, bali ni watu waliona tatizo na wakatumia uwezo na ujuzi mdogo walikuwa nao kutengezea kitu au kutoa huduma katika jamii. Kwa hiyo mwanao anaweza kuwa asiwe anafanya vizuri sana darasani lakini akawa na kitu kingine cha ziada ambacho mungu amempatia.

Jambo la tano , ukitaka kuishi kwa furaha pia, **jifunze kuwa na upendo na watu wote na jifunze kusamehe.** Hii nimeshaisema katika kurasa zilizopita. Achilia vitu na watu waliokukosea. Ukisamehe unafungua milango ya baraka na kukaribisha amani na upendo.Kwahiyo ni kwa faida yako unaposamehe kuliko hata unayemsamehe.

Jambo la sita , **jifunze pia kuwa na mawazo chanya.** Hii itakupa furaha na amani wakati wote hata ukiwa unapitia wakati mgumu.Mwambie Mungu "jambo hili silielewi lakini naamini uko pamoja nami naomba unipe ujasiri wa kulishinda". Hakika maisha yatakuwa na amani na utakuwa na furaha wakati wote. Kwa hiyo kama mwanamke tambua ni haki yako kuishi, na sio kuishi tu, bali kuishi kwa furaha na amani na kwa uhuru hapa duniani. Lakini kumbuka ni jukumu lako kujipa hiyo furaha na amani unayoitaka.

Haki yako nyingine ya msingi kama mwanamke ni haki ya **'kuheshimiwa'**. Hili ni tatizo kubwa kwa wanawake wengi. Wanawake tunajishusha thamani wenyewe mara nyingi na inapelekea kukosa sauti katika jamii na hata kwenye familia zetu. Hata hivyo, mumeo na watu wengine wanaweza kuwa ni sababu ya kukufanya udharaulike.

Pia tamaa ya mali na kutokujiamini kumewafanya wanawake wengi waishi maisha ya uchungu na huzuni kila siku kwa kufanyiwa vitendo vya ukatili, kudharauliwa na kukosa kuheshimiwa.Tambua unaweza kuishi bila mwanaume na ukafanikiwa,ukifanya kazi kwa bidii. Uwezo na akili Mungu ameshakupa, kwa hiyo ni wewe mwenyewe kuamua na kusema hapana na iwe mwisho wa kudharauliwa. Mungu wetu ni mwaminifu, kila kitu kinawezekana kwake yeye ukimuamini na kujiamini pia.

Ukatili wa kijinsia na kisaikolojia umekuwa kawaida miongoni mwa wanawake kiasi kwamba hata wanawake wenyewe wameona kuwa ni kawaida. Wanawake wanapigwa hadi kusababishiwa vilema vya maisha na wengine wanauliwa. Mfano wa manyanyaso ya kisaikolojia ni kutukanwa kila siku, au pale mtu anapovunja agano la ndoa. Huyu anayefanya hicho kitendo anamtesa mwenza wake kisaikolojia kwa kumsababishia maumivu ya ndani. Hii imewatesa wanawake wengi sana kiasi wengine wamejishusha thamani na kuamua kufanya ukahaba baada ya kuchoshwa na mateso na maumivu ya moyo wanayoyapata. Na wanaowafanyia hivyo ni wenza wao, wamekuwa wakiona kuwa ni kawaida na hawajali hisia za wenza wao wala maumivu wanayoyapata. .

Wanawake wengine wamekuwa wakiitwa majina mabaya, wakitukanwa, kudhalilishwa na jamii na waume zao n.k. Kamwe usikubali kuendelea kudhalilika na kuonewa. Ni haki yako kuheshimiwa. Lakini mara nyingi katika jamii au mahusiano ya kimapenzi heshima unaweza kuileta au kuivunja wewe mwenyewe. Ukitaka jamii au mwanaume akuheshimu ni jukumu lako kufanya uheshimiwe wala si kwa maneno na kelele kila siku bali matendo yako.

Ukitaka heshima kwenye mahusiano ya kimapenzi soma kitabu cha Steve Harvey, "Act like a lady, think like a man", na Why men love bitches cha Sherry Argov. Huko utajifunza jinsi ya kujipa thamani na kufanya mwanaume akuheshimu.

Mfano, waandishi mahiri wa vitabu nilivyovitaja wanasema, mwanaume anakupa thamani kutokana na matendo yako mwenyewe unapokuwa naye. Matendo yanayokuvunjia heshima kwa mwanaume ni kutokujiamini, kumfanyia kila kitu kabla hajakuoa (unampa mwili wako, kuishi naye, kumpikia, kumfulia, kumfanyia usafi n.k). Wanawake wengine wananunua upendo kwa kuwahonga kiasi kikubwa cha pesa wanaume ili wawapende au kuwaoa.

Kazi na wajibu namba moja wa mwanaume kwako au kwa mke wake au mpenzi wake ni kumpenda. Kamwe usilazimishe wala usinunue upendo kwa mwanaume Waefeso 4:25 *"Enyi waume, wapendeni wake zenu, kama Kristo naye alivyolipenda Kanisa, akajitoa kwa ajili yake"*. Kumbuka hata kama akikuoa hawezi kubadilika, ataendelea na tabia zake zilezile. Kwahiyo, nawe uamue kudharauliwa siku zote za maisha yako utakapokuwa naye kama mkewe.

Mwanaume akikuona unampenda sana hadi unachanganyikiwa kiasi cha kuweza kuacha ndoto, malengo yako, ndugu, jamaa na marafiki zako, anakosa kukuheshimu. Pia kumuonyesha kuwa huwezi kuishi bila yeye wakati hajakuoa na hata kama amekuoa ni makosa. Vile vile bado kuendelea kuwa naye wakati anakufanyia vitendo vya kikatili na unyanyasaji ili kukuonyesha kuwa hakutaki wala hakupendi napo ni kujishushia heshima. Kwa hiyo kufanya vitu nilivyotaja na vingine vingi kwa mwanaume unakuwa umejishushia thamani yako wewe mwenyewe na kamwe hataweza kukuheshimu. Ni lazima uwe tayari kumuonyesha mwanaume unaweza kuishi bila yeye kwa kuwa unaye Mungu anayekupenda siku zote na anakupenda njisi ulivyo. Hivyo jitazame na uchunguze matendo ya mwanaume kwako na wala sio kuamini maneno yake. Kumbuka tabia ya mtu hudhihirika kwenye matendo wala sio maneno.

Sasa utajuaje kama hapo ulipo,kwenye jamii au kama ni kazini au kwenye mahusiano huheshimiwi?

Jambo la kwanza utaona kupitia matendo yao kwako. Kuna vitu dhahiri watavifanya, baadhi nilishavisema kwenye kurasa zilizotangualia.

Jambo la pili kuwa msikilizaji. Ukiwa unawasikiliza utaelewa watu unaowasikiliza wanakuchukuliaje.Watu wasio kusheshimu, wataongea maneno mabaya juu yako, watakulaumu kwa makosa yao na kukufanya ujione huna thamani na umjinga. Mfano kwenye mahusiano, umegundua mwenza wako sio muaminifu na ukamueleza. Badala ya kukuomba msamaha, haonyeshi kujali na anaweza kukukaripia kwa kumfuatilia na kukufanya wewe ndio unamakosa. Matokeo yake unaanza hata kufikiri labda ukweli kuwa unamakosa. Kosa lake yeye analihamishia kwako. Ukiwa kwenye mahusiano kama hayo tambua unanyanyasika kisaikolojia. Na hapo hakuna upendo wala heshima.

Mwanaume anayekuheshimu atatambua makosa yake na kuomba msamaha. Mwanaume asiyekuheshimu hatajali hisia zako. Mwanaume mwingine yuko tayari kukudhalilisha na wala haoni shida kuwa anakuumiza kihisia. Kama uko katika mahusiano ya ina hiyo tambua sio mazuri kwa afya yako. Tambua pia kama mwanamke si haki yako kuonewa na kupigwa. Kama uko na watu wanaokupiga na kukusababishia maumivu mwilini,jitenge nao. Kama haiwezekani tafuta msaada wa kisheria kupinga huo ukatili.

Kama umeolewa, tambua ni jukumu la mume wako kukulinda. Hapa nitarudia tena ingawa nilishazungumza katika kurasa zilizopita. Mumeo akikulinda, watu wa nyumbani mwako na watu wengine watakuheshimu pia. Atafanya hivyo kwakuwa anakupenda.Mwanaume kama anampenda mke wake hatapenda watu wengine wamdharau kwa kuwa ile ndio furaha yake. Ile ndio ukamilifu wake. Tunaona hata katika Biblia Ibrahimu ni mmojawapo wa wanaume waliokuwa wanawaheshimu wake zao na hawakuwa tayari kuona wanahuzuni. Kutoka 16:5-6 *"Sarai akamwambia Abramu, "Wewe utawajibika kwa ubaya ninaotendewa. Mimi nilikupa mjakazi wangu, lakini alipopata mimba, mimi nimekuwa duni machoni pake! Mwenyezi-Mungu na ahukumu kati yako na mimi!" ;Lakini Abramu akamwambia Sarai, "Mjakazi wako yuko chini ya mamlaka yako; mfanyie upendavyo." Basi, Sarai akamtesa Hagari mpaka akatoroka"*. Ibrahimu alitambua mkewe ni wa thamani kuliko Hagari. Lakini je ni wanaume wangapi wanaofanya hivyo leo? Huo ni mfano mmoja wapo jinsi mwanaume anavyoweza kumlinda mkewe.

Kwa hiyo kama **mwanamke unahaki ya kuheshimiwa na sio kufanyiwa vitendo vya ukatili wa kijinsia na unyanyasaji.** Vilevile inapobidi tafuta kuheshimiwa kwa kuangalia matendo yako mwenyewe katika jamii na watu wanaokuzunguka. Unapokuwa katika mazingira ambayo unanyanyaswa , shirikisha watu wengine au jamii na tafuta msaada kwenye vyombo vya sheria.

Haki ya tatu ya msingi kwa mwanamke ni **'haki ya kupata elimu'.** Kama mwanamke unahaki ya kupata elimu sawa na mwanaume. Unahaki ya kujiendeleza ili kupata elimu na ujuzi zaidi kadri ya uwezo wako.

Katika hili suala la elimu nitazungumzia jinsi ndoa za umri mdogo na ujauzito unavyoweza kukukosesha haki yako ya kupata elimu. Katika nchi nyingine hata binti akiwa mjamzito anaruhusiwa kuendelea na masomo sio kama kwetu hapa Tanzania. Ukipata ujauzito na elimu yako imeishia hapo hadi upate nafasi nyingine ya kujiendeleza upya. Kumbuka kama wewe ni mwanamke au binti ujauzito unaubeba wewe kwa miezi tisa na sio mwanaume. Kwa hiyo taabu na karaha zinazoambatana na ujauzito zote unazipata wewe na baada ya kujifungua, utakuwa na jukumu la kulea mtoto na sio mwanaume.

Ni kawaida hapa kwetu binti akishagundulika ni mjamzito hata shule anafukuzwa lakini mwanaume au kijana aliyempa ujauzito ataendelea kusoma. Tayari hapo haki yako ya kupata elimu imeshapotea na umeipoteza wewe mwenyewe. Nimeshasema kule kwenye wajibu wako, tambua mwili wako na ujilinde na mimba zisizotarajiwa kwani mimba na uzazi zinachangamoto zake hasa malezi na unaweza kujikuta mwanaume amekukimbia baada ya kukupa ujauzito. Ni vyema kama unasoma kuacha kabisa kushiriki tendo la ndoa hadi utakapoolewa maana hasara ni nyingi kuliko faida. Mwanaume kama anakupenda atakusubiri na kukuvumilia.

Katika nchi na tamaduni nyingine binti analazimishwa kuolewa katika umri mdogo hata na mtu anayeweza kuwa babu yake. Hata hapa nchini kwetu kuna makabila na baadhi ya mila zinaona ni fahari kumuoza binti badala ya kumsomesha kutokanana na tamaa ya pesa. Kamwe usikubali kudhulumiwa haki yako ya kupata elimu. Ukijikuta katika familia au jamii kama hiyo ni muhimu kupata msaada katika vyombo vinavyohusika. Kama wewe ni mhanga wa hayo matatizo kamwe hujachelewa. Chukua hatua sasa ya kujiendeleza kielimu. Kuna vituo kadhaa vya elimu ya watu wazima unaweza kusoma na kuanza upya. Usiogope kwa kuwa na umri mkubwa. Kumbuka elimu haina mwisho.

Katika suala la elimu pia,tambua kama mwanamke unahaki ya kupata vyeo kazini, hata katika siasa n.k. kwahiyo usiache kutumia fursa unazozipata za kujiendeleza kielimu. Kama hujaolewa usiogope kusoma hadi mwisho wa uwezo wako kwa sababu ya kuogopa kutoolewa. Mungu atakupa mtu wa kufanana naye. Kwa hiyo kama mwanamke soma na itafute elimu kwa kadri ya uwezo wako kwa kuwa ni haki yako ya msingi.

Haki nyingine ni haki ya **'kupanga uzazi'**. Hii ni muhimu kwa kila mwanamke. Kupanga uzazi ni pamoja na kujizuia kupata ujauzito hadi utakapoolewa au ukiona ni wakati umefika na unahitaji mtoto.Ukishaolewa ni vizuri mkakubaliana na mwenza wako idadi ya watoto mnaoweza kuwazaa na kuwalea. Kumbuka wajibu na jukumu kubwa la kulea watoto ni lako mama. Kwahiyo unahaki ya kuamua na kukubaliana na mwenza wao mzae watoto wangapi na katika kapindi gani. Hapa sijasema na sijaruhusu mpate mimba halafu mkazitoe. Kumbuka kutoa mimba ni uuaji.

Mara nyingi wanawake wakishaolewa wanajisahau. Anasahau kuwa ni wajibu na lazima kupanga azae watoto wangapi ili aweze kuwalea vizuri na kupata muda wa kufanyia kazi malengo na ndoto zake. Lakini mara nyingi hii inatokea kwa sababu ya kukosa mawasiliano mazuri baina ya wanandoa na mwanamke kutokuwa makini. Kwa maana nyingine hajatambua mwili wake ipasavyo. Kwa hivyo ni vyema na ni vizuri zaidi mkipanga idadi ya watoto wakati mkiwa wachumba. Kama mkiweza kuwa na mazungumzo kama hayo hakika hata ndoa yenu itaweza kudumu. Mawasiliano mazuri ni muhimu katika kudumisha ndoa.

Haki nyingine ni haki ya **'kumiliki mali'**. Kama mwanamke unahaki ya kutafuta na kumiliki mali kadri utakavyoweza. Kuna tabia imejengeka katika jamii zetu kuwa wanawake wenye mali wengi hawaolewi au hawana wanaume. Hii ni kwasababu ya mfumo dume wanaume waliojiwekea na kwa sababu wengi hawajiamini wanapokuwa na mwanamke mwenye kipato na mali kuwazidi wao. Kama unauwezo wa kutafuta na kupata mali, zitafute maana ni haki yako ya msingi hapa duniani. Tafuta mali na ufurahie matunda yako.

Haki nyingine ya msingi ni haki ya 'kurithi'. Hili limekuwa ni tatizo hasa katika jamii na tamaduni za kiafrika. Nisingependa kuongea sana katika hili, lakini tambua kama mwanamke unahaki ya kurithi mali za wazazi na za mume wako kama atatangulia mbele ya haki. Wanawake wamekuwa wakionewa sana katika hili kwasababu mchango wao hauonekani wala kuhesabika katika tamaduni na mila nyingine. Kama mwanamke unahaki ya kurithi mali za mumeo na wazazi wako , kamwe usiruhusu ndugu na watu wengine wakudhulumu hiyo haki yako. Siku hizi kuna vyombo vyingi vya kisheria unaweza kupata msaada na haki yako haitapotea.

Kunahaki zingine, mfano haki ya kupata matibabu, uhuru wa kuabudu na kufuata dini yoyote unayoitaka, haki ya kupata msaada wa kisheria n.k. Jaribu kujifunza haki zako ni zipi kama mwanamke kwa kupitia vitabu mbali mbali na kusoma vijarida n.k. itakusaidia sana kukupa ujasiri wa kumudu changamoto unazokutanana nazo hasa zinazohusiana na ukatili wa kinjisia, kudharauriwa na kuonewa kama mwanamke .

Kumbuka ili uweze kufanikiwa katika maisha na kuwa mwanamke mwenye maono na matumaini ni lazima kuzitambua haki zako za msingi kama njia mojawapo itakayokusaidia kuishi kwa amani, furaha na kuwa huru kutimiza ndoto na malengo yako.

Hizo ni haki chache za msingi nilizotaka kama mwanamke uzifahamu.

1. **Unahaki ya kuishi,** sio kuishi tu, bali kuishi kwa furaha ,amani na kwa uhuru. Na ni jukumu lako kuhakikisha unafuraha siku zote maana furaha inaanzia moyoni.

2. **Unahaki ya kuheshimiwa.** Kuzuia ukatili wa kijinsia na ukatili wa kisaikolojia

3. **Unahaki ya kupata elimu** nakujiongezea ujuzi mbali mbali.

4. **Unahaki ya kupanga uzazi**

5. **Unahaki ya kumiliki mali**

6. **Unahaki ya kurithi**

7. Na kuna haki nyingine nyingi, mfano haki ya kupata
    matibabu , uhuru wa kuabudu na kufuata dini yoyote
    unayoitaka n.k.

5

JINSI YA KUWA MAMA BORA KWA FAMILIA

Kila binti na kila mwanamke ana ndoto kuwa, kuna siku moja atakuja kuwa na familia yake. Kwahiyo, kuna umuhimu kwa binti kujiandaa na kujua vitu gani ni vya muhimu na hanabudi kuvifanya ili aweze kuwa mama bora wa familia. Familia nyingi zimekuwa na migogoro kwa sababu wanandoa wote mke na mume hawakuwa na mifano mizuri kutoka kwa wazazi wao au hawakuandaliwa vizuri kisaikolojia jinsi ya kuishi kama mke na mume. Kwenye sura hii nitagusia baadhi ya vitu ambavyo ni muhimu , lakini pamoja na kujua vitu gani vya kufanya ili kuwa mama bora kwa familia, utajifunza pia vitu vya kufanya ili kuweza kuwa na mvuto na kupata mume wa kukuoa.

Mwanamke mwenye maono na matumaini ni mwanamke aliyekamilika kila idara. Anajitambua yeye ni nani , ana elimu na ujuzi mbalimbali, anatambua wajibu na haki zake na ni mama bora kwa familia. Kuwa na familia sio lazima uwe umeolewa. Unaweza kuwa unaishi na ndugu, jamaa au marafiki, nao ni familia yako. Kama bado hujaolewa, usitie shaka, yawezekana wakati wako haujafika. Hivyo wewe kutoolewa isiwe sababu na mwanzo wa wewe kuishi maisha yenye huzuni na majonzi kila siku. Nilisema katika sura ya 3 ikiwa hujaolewa, tumia muda wako kumtumikia Mungu vizuri kwa sababu huna majukumu mengine kama ya kulea

68

watoto na mume. Na ndio kipindi cha kuelewa vizuri mwili wako pamoja na kutimiza ndoto na malengo yako.

Ili kuweza kuwa mama bora wa familia, hatua ya kwanza ni **'kujifunza neno la mungu na kumcha Mungu'**. Kujifunza neno la mungu kuna faida nyingi na zitakusaidia sana katika safari yako, ya maisha ya ndoa. Wote tunajua ndoa ni makubaliano ya watu wawili kuishi pamoja hadi kifo kitakapowatenganisha. Kwa hiyo ni safari ndefu kuliko hata umri ulioishi kwa wazazi wako. Ni safari inayohitaji hekima na uvumilivu wa hali ya juu. Hivyo,neno la Mungu litakupa hekima, ufahamu na maarifa ya kuongoza familia yako.

Mwanamke bora kwa familia ni mwanamke mwenye heshima, amani, hekima na matumaini ziku zote. Mithali 31:25-26 inasema, mke bora *"Amevikwa nguvu na heshima, anaweza kucheka bila kuwa na hofu kwa siku zijazo; huzungumza kwa hekima na mafundisho ya kuaminika yapo ulimini mwake '*. Nilizungumza kwa ufasaha, katika sura ya 2 kuhusu hekima, maarifa na ufahamu. Kwahiyo hapa sitagusia tena sehemu hiyo hasa kuhusu hekima, ufahamu na maarifa.

Kuna njia nyingi za kujifunza neno la Mungu. Njia nzuri ni kusoma Bibilia kila siku na kufuatilia mahubiri na mafundisho ya watu mbalimbali. Siku hizi imekuwa rahisi kwa ajiri ya utandawazi, unaweza kupata elimu hadi kwenye mitandao ya kijamii, mfano Facebook, Youtube na hata Twitter. Mimi sikuwa msomaji mzuri wa Biblia nilipokuwa katika dhehebu fulani (sitapenda kulitaja). Lakini kwa rehema ya Mungu, nikabadilisha mtazamo na kuanza kusoma Biblia kila siku. Na simu zangu zote zina Biblia . Hii hunisaidia pindi moyo wangu unapokuwa umechoka na taabu na mihangaiko ya siku kuweza kupitia kwa urahisi hasa Zaburi kadhaa ili kunipa nguvu ya kumaliza siku hiyo kwa amani. Kwahiyo ninajitahidi kusoma kila siku kadri Mungu anavyonijalia. Wakati mwingie sikumbuki neno fulani liko katika kitabu gani, lakini ninakuwa nimepata ujumbe ninaouhitaji au Mungu anaotaka nisikie. Vile vile kwa kuwasikiliza watu mbalimbali utapata tafsiri tofauti katika mstari mmoja wa Biblia hivyo kukujenga zaidi. Wewe kama ni binti au mwanamke, kama simu yako haina kitabu cha Mungu (Biblia), unahitaji maombi. Badilika sasa.

Kwa hiyo Neno la Mungu litakuongoza kama mama wa familia, na utakua mwanamke mwenye amani siku zote. Zaburi ya 119:105 inasema *"Neno lako ni taa ya kuniongoza,na mwanga katika njia yangu"* Hata utakapokuwa unapitia katika kipindi kigumu katika maisha yako ya ndoa ni rahisi kukumbuka neno la Mungu linasemaje na kumuomba Mungu akupe nguvu na akusaidie kupitia neno lake na ahadi zake kwa wanadamu. Zaburi 119:50 *"Hata niwapo taabuni napata kitulizo, maana ahadi yako yanipa uhai"*. Kwahiyo, faida mojawapo ya kuelewa neno la Mungu ni pamoja na kukupa amani na matumaini.

Kulishika na kuliishi neno la Mungu litakupa kujiamini na ujasiri katika maamuzi yako. Zaburi ya 119:100 inasema *"Nawapita wazee kwa busara yangu,kwa sababu nazishika kanuni zako"*. Kwakuwa utakuwa unajua neno la Mungu linasema nini kuhusu jambo fulani, hivyo ni rahisi kufanya maamuzi sahihi na ya haki. Na hiki ni kitu muhimu sana katika familia. Maana kuna wakati mnaweza kukutana na misukosuko ambapo inabidi kufanya maamuzi magumu. Kupitia ufahamu wako wa neno la Mungu na uzoefu ulioupata katika maisha ni rahisi kufanya maamuzi sahihi.

Vile vile faida za kulijua neno la Mungu kama mama wa familia ni kwenye malezi ya watoto Mungu atakaowajalia. Hekima yako itaweza kukusaidia kuwalea vyema na kuwaongoza watoto wenu katika malezi bora na wakawa ni watu wa kumcha Mungu siku zote .

Neno la Mungu pia litakufundisha jinsi ya kusamehe na kuachilia vitu. Hili la msamaha nimeshalizungumzia mara nyingi katika sura zilizopita . Lakini hapa tunazungumzia umuhimu wa msamaha kwenye ndoa na familia. Msamaha katika maisha hasa maisha ya ndoa ni muhimu sana. Bila msamaha ndoa nyingi haziwezi kudumu. Kwahiyo ukitaka kuwa mama bora kwa familia jifunze kusamehe na kuachilia vitu kwa kadri utakavyoweza. Mathayo 18:21 *"Kisha Petro akamwendea Yesu, akamwuliza, "Je, ndugu yangu akinikosea, nimsamehe mara ngapi? Mara saba?"Yesu akamjibu, "Sisemi mara saba tu, bali sabini mara saba."* Ukilishika neno la Mungu ni rahisi kusamehe hata mtu akikukosea kwa kiasi kikubwa.

Kumbuka agano la ndoa ni hadi kifo kitakapowatenganisha. Bila kujifunza kusamehe hautakuwa na ndoa yenye furaha na amani Mumeo atakuumiza, ndugu watakukuumiza, kuna watu watakudhulumu, kuna watu watakusemea uongo na mambo mabaya ili mradi uchukiwe n.k. Kwa hiyo kulijua neno la Mungu na kuliishi, litakupa nguvu ya kuyashinda yote.

Neno la Mungu pia, litakupa moyo wa uvumilivu. Unahitaji nguvu na moyo wa kuvumilia pale inapoonekana umeshindwa hasa kama ukiweka imani yako kwa Mungu. Lakini napenda kusisitiza utavumilia mengine lakini sio ukatili na unyanyasaji mfano vipigo n.k . Kuishi katika ndoa kama hiyo ni kuwa unawafundisha watoto wako wa kike ni sahihi na sawa kutendewa unavyotendewa wewe. Na kwa watoto wa kiume unafundisha kunyanyasa na kuwafanyia ukatili wake zao pindi watakapooa. Kwahiyo kuwa makini unavumilia vitu gani, kwa ajiri yako na maisha ya baadae ya watoto wako. Kumbuka pia unapovumilia ukatili na manyanyaso unaathirika kisaikolojia, na inakuondolea ujasiri na kujiamini kwako wewe mwenyewe, matokeo yake kushindwa kutimiza, maono, malengo na ndoto zako.

Neno la Mungu pia litakufundisha juu ya kusuluhisha migogoro katika familia yako. Kuna mifano mingi Yesu aliyotoa. Ila huu ni mfano mmojawapo. Mathayo 18:15-17 *"Ndugu yako akikukosea, mwendee ukamwonye mkiwa nyinyi peke yenu. Akikusikia utakuwa umempata ndugu yako. Asipokusikia, chukua mtu mmoja au wawili pamoja nawe, ili kwa mawaidha ya mashahidi wawili au watatu, kila tatizo litatuliwe. Asipowasikia hao, liambie kanisa. Na kama hatalisikia kanisa, na awe kwako kama watu wasiomjua Mungu na watoza ushuru".*

Kwahiyo muongozo wa Maisha yetu ya kila siku upo kwenye neno la Mungu. Unaweza kuyajenga maisha yako kama neno la Mungu linavyosema, ingawa katika hali ya kibinadamu inaonekana ni vigumu na haiwezekani kwa sababu, watu wanapenda kutenda matendo ya kimwili zaidi kuliko ya kiroho. Hakuna aliye mkamilifu hapa duniani, hivyo jambo la msingi ni wewe kujitahidi kulishika neno la Mungu na Roho Mtakatifu atakuongoza. Kwahiyo ili kuweza kuwa mama bora kwa familia jifunze na ulishike neno la Mungu, huo ndio utakuwa muhimili wako siku zote.

Hatua ya pili ili kuwa mama bora kwa familia, ni **'kuwa na staha'**. Ni muhimu kama mwanamke kuwa na staha katika kuongea, kucheka, kutabasamu, katika mambo unayoyafanya n.k. Mwanamke ukijifunza kuongea kwa staha itakusaidia kupunguza ugomvi kwenye familia kwa asilimila kubwa . Mithali ya 15:1-2 inasema *"Kujibu kwa upole hutuliza hasira, lakini neno kali huchochea hasira;Ulimi wa mwenye hekima hueneza maarifa, lakini watu wapumbavu hububujika upuuzi".*

Faida za kuongea kwa staha sio kwamba zitakusaidia

ukiolewa tu hata katika safari yako ya uchumba na urafiki. Ukiwa muongeaji sana na unaongea bila staha ni rahisi wachumba kukukimbia. Vile vile ukiwa mkimya sana utakimbiwa pia. Hapa siri ni kujifunza jinsi ya kufanya mawasiliano na jinsi ya kuongea na mwanaume. Wanaume wengi wanapenda kusikilizwa bila kukatishwa. Mpe nafasi aongee yote yaliyomo moyoni mwake. Ikifika zamu yako nawe ongea kwa upole na staha. Mwanaume hata kama amekosea usipende kumkosoa mbele za watu. Vile vile wakati wa mazungumzo onyesha ushirikiano na onyesha kuwa unafuatilia anachokisema kwa umakini.

Jifunze kuwa msikilizaji mzuri na anachokisema mwenzio ukielewe na ukitiilie maanani. Ukiwa msikilizaji mzuri utajifunza pia kujua hisia za mwenzi wako. Ndoa nyingi zinamigogoro kwa sababu hakuna anayemsikiliza mwenzie. Kujiona kuwa uko sahihi na kuahirishia au kudharau mwenza wako anayoyasema ni makosa na ndio chanzo kikubwa cha migogoro. Hii shida iko kwa wanaume wengi na wanawake wanaodharau wenza wao kwakuwa wanajiona wanajua kila kitu na ni bora kuliko wenza wao. Tabia nyingine ni ya umimi au ubinafsi uliopitiliza kiasi kwamba humsikilizi mwenzio anataka nini hasa kihisia. Kwahiyo anza sasa kujifunza kuwa msikilizaji. Hakika maisha yako yatabadilika na utaweza kuelewa tabia za watu na jinsi ya kuishi nao, ambayo itakusaidia sana katika maisha ya ndoa yako. Sio kila kitu unachokiwaza au kukisema wewe ni sahihi, hivyo jitahidi kuwa msikilizaji, uelewe na ufanye hivyo mwenza wako anavyokulalamikia. Hakika mahusiano yako yatakuwa yenye amani siku zote.

Tatizo jingine ni matumizi ya simu. Siku hizi simu ndio zimechukuwa nafasi ya mawasiliano, badala ya kusilizana na kufanya maongezi ya maana kila mmoja anakuwa anatazama simu yake. Ni vigumu kufamiana tabia ikiwa kila mkionana kila mmoja macho yako kwenye simu yake. Utakosa kumsoma na kujifunza tabia za mwenza wako, maana kupitia mazungumzo yenu,unaweza kujifunza vitu vingi na utamfahamu mwenza wako vizuri kabla hata hamjaingia kwenye ndoa.

Kwa waliolewa, tenga muda kila siku ambao simu zenu zinakuwa mmezizima na tumia muda huo kukaa na kufanya maongezi na mwenza wako. Binti ambaye hujaolewa usifanye simu kuwa ni sehemu ya maisha yako. Wakati wazazi wetu wanakuwa hawakuwa na simu za mkononi na maisha yalikuwa mazuri tu. Kwahiyo usifanye simu kama ni sehemu ya uhai wako, hautakuwa tofauti na muathirika au mtumiaji wa madawa ya kulevya, akikosa madawa anaugua.

Kosa jingine mabinti na wanawake wanalolifanya mara nyingi ni kujifanya wanajua sana. Huna haja ya kushindana na mwanaume katika maongezi na kumuonyesha yeye hajui kitu mbele yako. Hivyo usipende kujifanya unajua sana mbele ya wanaume. Kwahiyo kuwa na staha hasa unapoongea mbele za watu hasa wanaume. Huwezi jua yawezekana mumeo yuko kati ya hao wanaokuzunguka. Mimi napenda kutumia lugha ya kuwa mnyenyekevu (always be humble). Ukiwa mnyenyekevu sio kwamba unakuwa mjinga,unakuwa mfuatiliaji au mchunguzaji mzuri. Kwahiyo kama unaaakili na unajua zaidi yao, hilo wanalifahamu. Muhimu ni kuwa na staha na kuonyesha heshima katika mazungumzo yako. Mabinti wa siku hizi hata aibu hawana. Aibu na tabasamu kidogo ni haiba kwa mwanamke.

Hebu tuone Biblia inasema nini kuhusu mwanamke anayeongea sana. Mithali ya 25 :24 *"Afadhali kuishi pembeni juu ya paa, kuliko kuishi nyumbani pamoja na mwanamke mgomvi."* Hiki kitu ndio huwa kinawakosesha wanawake wengi hata kuolewa, kuongea kupita kiasi, na kusema kila kosa analolifanya mwanaume. Mithali 15:4 *"Ulimi mpole ni chanzo cha uhai, lakini uovu wake huvunja moyo"*. Kuna vitu vingine kupaswi kuvisema kwa kuvirudia rudia kila mara, utaonekana unakelele masikioni mwa mwenza wako. Na yeye atajihisi ni kama mtoto anayelelewa na mama yake. Kama umeshamueleza mara mbili au tatu bado anarudia yale yale , inabidi kukaa kimya. Ndio utasikia wanaume wanasema sitaki mama nahitaji mpenzi. Kwahiyo jifunze jinsi ya kuongea na mwanaume na jinsi ya kuongea kwa staha.

Kitu kingine kinachoambatana na kuongea kwa staha na kikubwa chenye mvuto kwa mwanaume ni **'tabasamu'**. Jifunze kutabasamu na sio kutabasamu tu , tabasamu kwa staha. Hicho ndio kitu kinachomvutia mwanaume baada ya kuvutiwa na sura yako. Kama binti lazima ujue kutabasamu. Ukitabasamu inakuwa rahisi hata anayekusalimia kuendelea na mazungumzo nawe kwa amani.

Kila mwanaume anapenda kuoa mwanamke mwenye tabasamu zuri. Tabasamu lako ndio litamfanya mumeo atamani hata kukaa nawe muda wote na kupunguza muda wa kushinda kwenye majumba ya starehe. Kwa hiyo kuongea kwa staha na tabasamu laini kutaifanya nyumba yako iwe nyumba yenye furaha na vicheko wakati wote.

Lakini hata kicheko chako kiwe cha staha. Kumbuka kwa mwanaume wewe ni malikia. Ni pumziko la roho yake. Anapotoka kazini anategemea kukuta mwanamke mwenye furaha, tabasamu laini na kicheko chenye staha.

Vile vile kama hauna staha katika kuongea , watoto wenu wataiga tabia kama yako. Katika malezi ya watoto , watoto wanajifunza zaidi kwa vitendo kuliko maneno". Muhubiri

7:9 *"Usiwe mwepesi wa hasira, maana, hasira hukaa ndani ya wapumbavu"*. Jitahidi kujizuia kuongea unapokuwa na hasira, hasa mbele ya watoto. Vile vile unaweza kujikuta umesema maneno ambayo hukuyategemea hivyo kusababisha ugomvi kuwa mkubwa zaidi na baadaye kujutia. Kwa kuongea bila staha mbele ya watoto, utajikuta umelea watoto wasiojua kusikiliza, wenye kelele na vurugu. Na wenyewe watakapo kuwa na familia zao watakuwa hivyo hivyo kwa sababu ndio walichojifunza kutoka kwa wazazi wao.

Hatua ya tatu ya kuwa mwanamke bora ni '**kuwa na heshima**'. Heshima yako inapatikana kuanzia kwenye mavazi , matendo yako na maneno yako. Kama nilivyosema katika sura ya 4, wewe mwenyewe unaweza kusababisha watu wakuheshimu au wasikuheshimu. Jiheshimu na **usiruhusu mwili wako kuwa jalala kabla hujaolewa.** Pia kama wewe mwenyewe unavaa mavazi ya kuuachia wazi mwili wako hasa sehemu muhimu za mwili wako ambazo zinaleta msisimko kwa wanaume wakiziona, unajivunjia heshima hasa katika jamii zetu za kiafrika. Watu hawatakuheshimu. Wanaume ni watu wenye wivu kamwe hawapendi kuona miili ya wenza wao ikitizamwa na watu wengine pia. Wewe ni mzuri na mrembo, kwahiyo nguo yoyote ukivaa itakupendeza kama unajua ni mtindo upi wa nguo ni mzuri kwako. Kwa hiyo jambo la kwanza kwenye heshima ni mavazi. Jichunguze kama mavazi yako ni mazuri.

Jambo la pili katika heshima ni matendo yako. Unawatendeaje watu wanaokuzunguka? Inakupasa kuheshimu wakubwa na wadogo, matajiri na maskini na jamii yote kwa ujumla. Ikiwa huna heshima, watu watajua na habari zako zitaenea. Kwa hiyo ukitaka kuolewa na kuwa mama bora wa familia kuwa na heshima kwa kila mtu. Usiwajibu watu vibaya kwa sababu unawazidi kipato au cheo na watendee mema watu wote hata usiowajua. Wafilipi 2 :34

"Msifanye jambo lo lote kwa ajili ya ubinafsi au kwa kujiona, bali kuweni wanyenyekevu, mkiwahesabu wengine kuwa bora kuliko ninyi; Kila mtu asiangalie mambo yake mwenyewe, bali kila mtu ajishughulishe pia kwa faida ya wengine".

Ukiwa na heshima utamuheshimu mumeo na watu wa nyumbani mwako. Waefeso 5:22-24 *" Wake, watiini waume zenu kama mnavyomtii Bwana; Kwa maana mume ni kichwa cha mke kama vile Kristo alivyo kichwa cha kanisa, ambalo ni mwili wake, naye mwe nyewe ni Mwokozi wa kanisa. ; Basi, kama vile Kanisa linavyomtii Kristo, vivyo hivyo na wake pia wanapaswa kuwatii waume zao kwa kila jambo".*

Kwahiyo kama mwanamke ukiwa huna heshima hutaweza kumtii mumeo na utashangaa kwanini ndoa yako inashida. Wanaume wanataka mwanamke anayejiheshimu na anayemuheshimu yeye na watu wengine pia. Mithali 16:18 *"Kiburi hutangulia maangamizi; majivuno hutangulia maanguko"*

Hatua ya nne ili kuwa mama bora kwa familia ni **'kuacha uvivu'**. Mithali 10:4 *Uvivu husababisha umaskini, lakini mkono wa mtu wa bidii hutajirisha.* Ukiwa mvivu hata kipato cha familia yako kitayumba. Ili kuweza kuwa mama bora kwa familia lazima uwe mchapa kazi na ufanye kazi kwa bidii. Mama bora wa familia anakuwa makini katika kumsaidia mumewe hata kuangalia na kutafuta mali za familia. Mithali 31: 15 -16 *"Huangalia shamba, akalinunua; Kwa mapato ya mikono yake hupanda mizabibu".*

Moja ya vitu wasivyovipenda wanaume kwa mwanamke ni uvivu. Wanaume wachache sana wanaoweza kuvumilia kuishi na mwanamke mvivu. Wanawake wengine katika familia zao, kazi zote za nyumbani wameachia wasaidizi wa kazi za ndani kwa kisingizio cha kuchoka kwa sababu wameshinda maofisini wakifanya kazi. Kama mama tambua kazi za ndani ni wajibu wako. Ni wajibu wako kuhakikisha mazingira ya nyumbani kwako ni masafi, chakula kimepikwa vizuri na kwa usafi, maana chakula kikiandaliwa kwa uchafu magonjwa ya matumbo yataweka makao kwenye familia yako.

Kwa mfano mimi kila mara ninapomtembelea mama yangu sichoki kumshangaa na kushukuru Mungu aliyenipa mama mzuri. Mama yangu pamoja na umri wake kusogea hadi kesho bado anafua nguo zake mwenyewe, anajipikia chakula chake mwenyewe, na hata ukimtembelea ataomba awaandalie chakula. Hata bibi zangu wa pande zote nao walikuwa hivyo hivyo. Mama yangu, kila siku asubuhi akiamka, anafanya usafi hasa wa nje ya nyumba yake na kufanya kazi nyingine. Kwahiyo nina mama ambaye ni mfano wa wanawake wasiokuwa wavivu na mimi kila siku najifunza kwake. Jambo ambalo huwa najiuliza ni "kama yeye ni mtu mzima na umri umesogea lakini bado anapenda kufanya kazi za ndani, kwa nini na mimi nisifanye"?. Hakika mama yangu amekuwa ni mfano bora kwangu, vile vile na mimi najitahidi kuwaonyesha watoto wangu uvivu ni kitu kibaya na haufai hasa kwa mwanamke.

Kuna mabinti na wanawake wengine hata kuishi nao ni hasara. Hawawezi kufanya kazi za ndani, kama usafi, kupika kufua n.k. muda wote ni kushinda kwenye sofa wanatizama luninga. Wengine wanashinda kwenye mitandao ya kijamii kutafuta kusifiwa, sijui wazuri, wanamaumbo mazuri n.k . Lakini mwanamke bora anafanya kazi muda wote kwa sababu wakati ni ukuta. Anajua kuutumia muda wake vizuri. Mithali 31:17-19 inaendela kusema *"Hujifunga nguvu viunoni kama mshipi; Hutia mikono yake nguvu ; Huona kama bidhaa yake ina faida; Taa yake haizimiki usiku.; Hutia mikono yake katika kusokota;Na mikono yake huishika pia"* Kwahiyo mabinti na wanawake muache uvivu na kuwa wategemezi.

Tunaambiwa kama unajua unawajibu wa kufanya jambo na usilifanye , unakuwa umetenda dhambi. Yakobo 4:17 *"Mtu ye yote anayefahamu lililo jema kutenda, lakini asilitende, basi mtu huyo anatenda dhambi".*

Kamwe huwezi kuwa mwanamke unayejiamini na mwenye maono kama wewe ni tegemezi na hupendi kufanya kazi.Maana hakuna utakalofanikiwa. Wanawake wengine wanashinda wamelala wakiamka ni kula na kwenda kutafuta habari za uzushi na uongo. Mithali 19; 15, 24 *Uvivu humtia mtu katika usingizi mzito; Na nafsi yake mvivu itaona njaa. Mtu mvivu hutia mkono wake sahanini; Ila hataki hata kuupeleka kinywani pake.*

Suluhisho la kuacha uvivu ni kuamka mapema. Hili pia nimeshalisema katika sura ya 3. Jifunze kuamka mapema, hata kama ni saa 11 asubuhi kila siku. Hii ya kuamka alfajiri nilijifunza kutoka kwa wanaoamka kila siku alfajiri kufanya ibada, na baada ya hapo huendelea na majukumu mengine ya kifamilia au ya kutafuta kipato. Kama watu wengine wanaweza kuamka muda huo kwanini wewe ushindwe, unalala hadi saa mbili ukitegemea msaidizi wa kazi za ndani ndio akuandalie kifungua kinywa, aandae watoto na mume wako pia. Mithali 20:13 *"Usipende usingizi usije ukawa maskini; Fumbua macho yako nawe utashiba chakula".* Kwa hiyo jifunze kuanzia sasa kuamka asubuhi na mapema kila siku hata kama huendi kazini.

Kama utakuwa mama bora kwa familia tambua ni wajibu wako kuwa wa mwisho kulala na wa kwanza kuamka. Mithali 31: 15 -16 *"Tena huamka, kabla haujaisha usiku; Huwapa watu wa nyumbani mwake chakula; Na wajakazi wake sehemu zao".* Tuwafundishe pia watoto wetu wa kike na wakiume kuamka mapema na kufanya kazi za ndani. Bahati mbaya katika jamii zetu za kiafrika, inatambulika kazi za ndani hufanywa na wanawake na mabinti. Hebu ona fahari kuhudumia familia yako na kujihudumia wewe mwenyewe. Kwanini unakubali kila siku kupikiwa chakula na msaidizi wako wa kazi? Kwanza wengi hawajui kupika, kama wewe hufurahii chakula cha kupikwa na msaidizi wa kazi , je mumeo au watu wengine? Badilika.

Kila siku ukiamka, jiambie mimi ni mwanamke na kazi za ndani ni jukumu langu. Amka umshukuru Mungu na ufurahie kuwa mama wa familia.Mithali ya 31:27. *Mwanamke bora "Huangalia sana njia za watu wa nyumbani mwake; Wala hali chakula cha uvivu".* Kwahiyo jitahidi kupenda kuandaa chakula chako wewe mwenyewe na kuwaandalia watu wafamilia yako.

Hatua ya tano ni Jifunze jinsi ya **'kujitunza wewe mwenyewe na familia yako'**. Nimesema katika kurasa zilizopita kuwa wajibu mojawapo mwanamake ni kulea mume, watoto na familia yake . Kwahiyo hapa hapa ninazungumzia usafi wa mwili na mazingira ya nyumbani. Mwanamke ni wajibu wako kuwa msafi siku zote. Usafi ni muhimu hasa wa mwili na wa nyumbani kwako ili kuweza kuwa mama bora kwa familia. Wanaume wengi wanakerwa kuishi katika nyumba chafu na isiyokuwa na mpangilio. Utakuta nyumba imejaa vitu hata vilivyoharibika. Ni heri kuwa na vitu vichache lakini viko katika mpangilio mzuri. Naelewa na ni dhahiri kuna mabinti na wanawake hawakulelewa wala hawakufundishwa hayo tangu mwanzo na wazazi au walezi wao. Kwahiyo sasa, ni jukumu lako kubadirika na kuwa mtu mpya.

Kama mwanamke kwa familia hakikisha nyumba yako inamwanga na hewa ya kutosha. Nyumba ni sehemu ya kupumunzika baada ya uchovu wa siku nzima maofisini. Kwa hiyo hakikisha nyumba yako inavutia na yenye tulivu ili kuweza kusaidia mwili kupumzika vyema. Nyumba ikiwa na mwanga na hewa safi, huwavutia hata wanaokutembelea. Hakikisha na rangi zisiwe ni rangi zenye giza , bali rangi yenye utulivu na zenye kufanya akili ipumzike.

Hatua ya sita ni '**Jifunze kupika vyakula vya aina mbali mbali'**. Hili jambo haliepukiki ukiwa kama mwanamke. Ni lazima na ni wajibu wako kujua kuandaa aina mbalimbali za vyakula . Siku hizi kuna utandawazi na mitandao ya kijamii kwa hiyo kuna mafundisho ya mapishi ya kila aina. Hakuna aliyezaliwa anajua kupika wote wamejifunza hapa hapa duniani. Wanaume wote wanapenda kula chakula kizuri na hasa kama kitaandaliwa na wenza wao. Na hakuna mwanaume anayependa kula chakula cha aina moja kila siku. Kwahiyo kuwa mbunifu kwenye mapishi hakika mumeo atakupenda siku zote. Wahenga walishasema ili mwanaume azidi kukupenda ni lazima ujue kupika chakula kizuri "They way to a man heart is through his stomach" (Unknown).

Hatua ya saba ili kuwa ya kuwa mama bora ni **"kuwa na kiasi"**. Jifunze kuridhika na ulichonacho. Kama binti ukiwa na tamaa utachezewa tu na ndoa kamwe hutoisikia. Vile vile ukishaolewa hutaona thamani ya mumeo kufanya kazi kwa bidii kama ukiwa mtu mwenye tamaa na asiyeridhika.

Moyo wenye tamaa utakufanya uwe na mashindano. Amri ya Mungu inasema usitamani mali ya mtu mwingine. Moyo wenye tamaa pia unakosa shukrani kwa Mungu hivyo kuishi bila amani na manung'uniko. Ridhika na ulichonacho. Ukitaka kupata unavyotaka fanya kazi kwa bidii. Zipo njia za ziada za kufanya ili kujiongezea kipato. Mwanamke mwenye maono anaendana wakati na yuko tayari kufanya kazi muda wote ili kutimiza ndoto zake. Anatafuta habari mbalimbali za kuweza kumsaidia jinsi ya kuongeza kipato cha familia yake.

Hatua ya nane ni **'Jifunze kutoa na sadaka na shukurani'**. Moyo wenye shukrani hupata zaidi. Luka 21:3-4 "Basi, akasema, *"Nawaambieni kweli, mama huyu mjane maskini ametia katika hazina kiasi kikubwa kuliko walichotia wote. Kwa maana, wengine wote wametoa sadaka zao kutokana na ziada ya mali zao, lakini huyu mama, ingawa ni maskini, ametoa kila kitu alichohitaji kwa kuishi"*. Mungu anafurahishwa na sadaka zetu hasa zikiwa za kumpendeza yeye.

Unapotoa sadaka Mungu anakuongezea zaidi na unapata mafanikio katika kile unachokifanya. Kama unajiandaa kuwa na familia, sadaka za shukrani ni muhimu hasa kwa ajiri ya kuomba ulinzi wa familia yako. Unapotoa sadaka inenee maneno mazuri. Kumbuka siku zote moyo wa kutoa huzidisha mapato katika familia. Pia jifunze kusaidia wenye shida mbali mbali . Mwanamke bora hujitoa kuwasaidia wasiojiweza. Mithali ya 31:20 *"Huwakunjulia maskini mikono yake; Naam, huwanyoshea wahitaji mikono yake"* Kwa hiyo jifunze kumtolea Mungu sadaka za shukrani. Hakika utaiokoa familia yako na mengi na wewe mwenyewe kujiletea baraka tele kwa ajiri ya sadaka zako. Lakini kuweni makini na makanisa yanayotoza sadaka zilizokithiri. Sadaka ya kweli na ya kumpendeza Mungu ni ile inayotoka moyoni.

Hatua ya tisa ambayo nayo ni muhimu ni **'kujifunza kumstarehesha mumeo'**. Kumbuka si kila mwanaume anapaswa kustarehe katika mwili wako isipokuwa aliyekuoa yaani mumeo Hili suala ni muhimu na halikwepeki. Kama mwanamke lazima ujue na ni muhimu kuwa mahiri kwenye hii sekta. Hapa ninasema yale yaliyoruhusiwa na Mungu na sio kinyume cha hapo usije angamia kama Sodoma na Gomora.Mwanzo 19:4-8; 23-25. *"Hata kabla hawajalala, watu wa mji, wenyeji wa Sodoma, wakaizunguka nyumba, vijana* *kwa wazee, watu wote waliotoka pandezote.; Wakamwita Lutu, wakamwambia, Wa wapi wale watu waliokuja kwako usiku huu? Uwatoe kwetu, tupate kuwajua. ;Lutu akawatokea mlangoni, akafunga mlango nyuma yake. ;Akasema, Basi, nawasihi, ndugu zangu,msitende vibaya hivi.*

;Tazama, ninao binti wawili ambao hawajajua mtu mume, nawasihi nitawatolea kwenu mkawafanyie vilivyo vyema machoni penu, ila watu hawa msiwatende neno, kwa kuwa wamekuja chini ya dari yangu.;Jua lilikuwa limechomoza juu ya nchi Lutu alipoingia Soari.

;Ndipo Bwana akanyesha juu ya Sodoma na juu ya Gomora kiberiti na moto toka mbinguni kwa Bwana; Akaangusha miji hiyo na Bonde lote, na wote waliokaa katika miji hiyo, na yote yaliyomea katika nchi ile."

Kwa hiyo katika masuala ya ndoa kuna vitu vingine Mungu hajaviruhusu na ukivifanya unakuwa umetenda dhambi na unakuwa umeharibu mwili wako. Kwahiyo mumeo asikudanganye kuwa hutapata madhara, kumbuka unafanya juu ya mwili wako. Kama anakushawishi kila mara mkemee na muombee aache hiyo tabia mara. Akizidi kusisitiza ni afadhali kutengana naye hadi atakapojirekebisha (hapa ninazungumzia tendo la ndoa kinyume na maumbile). Unaharibu mwili wako na unamkosea Mungu.

Hatua ya kumi na ya mwisho ni **'kupenda mwili wako'**. Hili nimeshazungumza katika sura ya 2. Lakini hapa nitaongelea upande kwa kufanya mzoezi na umaridadi siku zote. Jitahidi na ujizoeze kufanya mazoezi kwa ajili ya kuupa mwili wako nguvu na stamina siku zote. Hivi mara ya mwisho kukimbia au hata kuruka na kutembea kwa haraka ilikuwa lini? Kufanya mazoezi kutakufanya ubakie na uwe na umbo zuri siku zote na utakuwa na mvuto kwa mumeo

hata kwa mchumba wako au mwanaume anayetaka kukuoa..
Kula usiku chakula kidogo, hii hupunguza uwezekano wa
kuwa na kitambi. Kumbuka wanaume wanapenda kwa
kuona. Ukiwa na umbo zuri na stamina ni rahisi kujiamini
na kuwa na ujasiri. Vilevile mazoezi ni muhimu katika
ubongo na hupunguza msongo wa mawazo na utaepukana
na magonjwa mengi.

Kwa hiyo , hakikisha siku zote unavaa vizuri na
unapendeza hata baada ya kuolewa. Wanawake wengi
wameachia miili yao na wameridhika, hivyo kuwa na
uzembe na uvivu mwingi. Ili uweze kuvaa na kupendeza
ni lazima ujue mtindo gani wa nguo unakupendeza. Si
kila nguo itampendeza kila mtu kwa sababu tumeumbwa
na maumbo tofauti. Nawashauri mtumie utandawazi
na mitandao ya kijamii kujifunza jinsi ya kuvaa vizuri na
kupendeza. Jifunze kutokana na umbo lako, ni mavazi gani
yanakupendeza zaidi na kukufanya uonekane maridadi. .

Kitu kingine wanawake wanachokosea sana ni mitindo
ya nywele. Kama hujui ni mtindo gani unakupendeza zaidi,
jaribisha kila mtindo hadi upate ambao unapata sifa nyingi
kutoka kwa ndugu na marafiki au ambao unakufanya
unakuwa na amani na unajiamini. Kwa hiyo fuatilia ni
mitindo ipi ya nguo na nywele inakupendeza. Sio lazima
umalize mshahara wako wote au akiba yako yote kwenye
nguo na nywele. Fanya kitu kutokana na kipato chako.
Unaweza kuvaa nguo ya bei ndogo na ikakupendeza.
Kuhusu nywele kama huna hela kuna mitindo ya kusuka
unaweza kukaa nayo muda mrefu ilimradi tu unahakikisha
unaosha nywele zako. Au kama umeshindwa kabisa,
bora kuzikata nywele ukawa na nywele fupi na ukazitia
rangi (Breach), hadi hapo utakapoweza kuwa na pesa ya
kubadilisha nywele n.k. Nimeshauri hivyo kwa sababu

sijawahi kuona mwanamke aliye na nywele fupi na ameziwekea rangi(breach) akashindwa kupendeza. Hivyo ili kuweza kuwa maridadi siku zote, chagua mitindo ya nguo na nywele inayokupendeza siku zote. Mwanamke mwenye maono na matumaini anaenda na wakati na anajipenda siku zote.

Kwahiyo tumia tovuti mabalimbali(internet) na mitandao ya kijamii hasa Youtube kujifunza vitu mbalimbali kwa faida yako. Huko utajifunza neno la Mungu, mapishi, jinsi ya kuvaa, n.k . Ni imani yangu kuwa hayo niliyaorodhesha hapo ikiwa ni baadhi ya mambo muhimu, yatakayokujenda na kukusaidia kuwa mama bora kwa familia unayotarajia kuwa nayo au kupata mchumba na mume wa kukuoa.

Kwakumalizia, Ukiweza kuelewa na kufanya yote au baadhi ya niliyoyazungumza katika kitabu hiki, hakika utakuwa mwanamke mwenye furaha na amani na mwanamke mwenye kufanikiwa katika maisha. Mwanamke mwenye maono na matumaini anajitambua, anajua wajibu na haki zake, na ni mwanamke bora kwa familia. Nina uhakika umepata kitu cha kukujenga na kukusaidia katika maisha yako. Mungu akubariki.